INSIGHT PUBLICA

INSIGHT PUBLICA
Nadakkavu, Kozhikode, Kerala
www.insightpublica.com
e-mail: insightpublica@gmail.com
Malayalam
Dikkum Disayum
PM Girish
First Edition: March 2018
Second Edition: October 2021

ISBN 978-93-87398-30-6

മലയാളം

ദിക്കും ദിശയും

പി.എം. ഗിരീഷ്

INSIGHT PUBLICA®

ജനനം: കോഴിക്കോട്. പി. കെ. രാജാമണി അയ്യരുടെയും പി.കെ. ചന്ദ്രികയുടെയും മകൻ. കോഴിക്കോട് ഗവ. ആർട്സ് ആന്റ് സയൻസ് കോളെജ്, കാലിക്കറ്റ് സർവകലാശാല മലയാളവിഭാഗം എന്നിവിടങ്ങളിൽ ഉന്നത വിദ്യാഭ്യാസം. ഭാഷാശാസ്ത്രത്തിൽ ഡോക്ടറേറ്റ്. കാലിക്കറ്റ് സർവകലാശാല മലയാളവിഭാഗത്തിൽ പ്രോജക്ട് ഫെല്ലോ ആയിരുന്നു. സംസ്കൃത സർവകലാശാല കാലടി, സെൻട്രൽ ഇൻസ്റ്റിറ്റ്യൂട്ട് ഓഫ് ഇന്ത്യൻ ലാങ്ഗ്വേജസ്, മൈസൂർ റീജണൽ ഇൻസ്റ്റിറ്റ്യൂട്ട് ഓഫ് എഡ്യൂക്കേഷൻ, മൈസൂർ എന്നിവിടങ്ങളിൽ അധ്യാപകനായി ജോലി ചെയ്തു. ഇപ്പോൾ മദ്രാസ് സർവകലാശാല മലയാള വിഭാഗത്തിലെ അസി. പ്രൊഫസറും വകുപ്പധ്യക്ഷനും.

പ്രധാന പഠനകൃതികൾ: കേരളത്തിലെ ആചാരഭാഷ (1998/2008), അധികാരവും ഭാഷയും (2000/2015), Critical Discourse Analysis: Linguistic Studies in Malayalam (LAP, Germany 2010), അറിവും ഭാഷയും ധൈഷണികഭാഷാശാസ്ത്രം: ആമുഖം (2012), മലയാളം: സ്വത്വവും വിനിമയവും (2013), മലയാളം തായ്വേരുകൾ പുതുനാമ്പുകൾ (സഹ.എഡി: 2015), ജോർജ് ലക്കോഫ് ഭാഷയുടെ രാഷ്ട്രീയമനസ്സ് (2017). അറിവും ഭാഷയും ധൈഷണികഭാഷാശാസ്ത്രം ആമുഖം എന്ന കൃതിയ്ക്ക് കേരളസാഹിത്യ അക്കാദമി ഐ.സി. ചാക്കോ എൻഡോവ്മെന്റ് അവാർഡ് (2017), മദ്രാസ് യൂണിവേഴ്സിറ്റി ബെസ്റ്റ് റിസേർച്ചർ അവാർഡ് (2017) എന്നീ അംഗീകാരങ്ങൾ ലഭിച്ചിട്ടുണ്ട്.

ഭാര്യ : അജിത വി.

മകൻ : അശ്വിൻ ജി.

വിലാസം : അനുരൂപ് രാജ്ഘം, ബ്ലോക്-1, എസ്.എഫ്.എ
വിവേകാനന്ദ നഗർ III മെയിൻ റോഡ്
പള്ളിക്കരണി, ചെന്നൈ, 600 100.

ഫോൺ : 9444514381.

ഇ- മെയിൽ : drpmgirish@gmail.com

ഡോ. പി.എം. ഗിരീഷ്

പ്രസ്താവന

കേരളത്തിലെ എല്ലാ സ്കൂളുകളിലും അടുത്ത അധ്യയന വർഷം മുതൽ പത്താം ക്ലാസ്സ് വരെ മലയാളപഠനം നിർബന്ധമാക്കുകയാണ്. കേരളത്തിലെ സർക്കാർ, എയ്ഡഡ്, സ്വാശ്രയ -സി.ബി.എസ്.ഇ, ഐ.സി.എസ്.ഇ വിദ്യാലയങ്ങൾക്കെല്ലാം നിയമം ബാധകമായിരിക്കും. മലയാളത്തെ തഴഞ്ഞ് ഇംഗ്ലീഷ് പോലുള്ള മറ്റുഭാഷകൾ സംസാരിക്കുന്നത് ശിക്ഷാർഹമാണ്. സർക്കാർ കൊണ്ടുവന്ന നിയമത്തിലെ വ്യവസ്ഥകൾ ലംഘിച്ചാൽ പ്രധാന അധ്യാപകൻ/പ്രധാന അധ്യാപിക 5000 രൂപ പിഴ നൽകണം. നിയമം നടപ്പാക്കാത്ത വിദ്യാലയങ്ങളുടെ എൻ.ഒ.സി റദ്ദാക്കലും ശിക്ഷാനടപടികളിലുണ്ട്. ഈ ഉത്തരവ് ഹർഷാരവത്തോടെയാണ് മാധ്യമങ്ങളും മലയാളമിത്രങ്ങളും ഏറ്റെടുത്തത്. മലയാളഭാഷയ്ക്ക് ഗുണമാകാൻ സാധ്യതയുള്ള മറ്റൊരു നടപടിയും സർക്കാർ നടപ്പിലാക്കി: ഭരണമലയാളം എന്ന പേരിൽ സർക്കാരിന്റെ ഭാഷാവകുപ്പ് തയ്യാറാക്കിയ ഓൺലൈൻ നിഘണ്ടുവും മൊബൈൽ ആപ്പും സർക്കാർ പ്രസാധനംചെയ്തു. ഭരണഭാഷ സംബന്ധിച്ച ആദ്യ ഓൺലൈൻ നിഘണ്ടുവാണിത്. 20,000 പദങ്ങളും പ്രയോഗങ്ങളും നിഘണ്ടുവിൽ ചേർത്തിട്ടുണ്ട്. മലയാളഭാഷയെ സംബന്ധിച്ചിടത്തോളം പ്രധാനപ്പെട്ട രണ്ടുകാര്യങ്ങൾ നടപ്പിലാക്കിയ വർഷമാണിതെന്നർഥം. ഈ സാഹചര്യത്തിൽ മലയാളഭാഷയെക്കുറിച്ചുള്ള ചില വിചിന്തനങ്ങളുടെ ആവിഷ്കാരമാണ് ഈ പുസ്തകം.

ഭാഷയുടെ വ്യത്യസ്ത തലങ്ങളെക്കുറിച്ച് പഠിക്കുന്ന ലേഖനങ്ങളുടെ സമാഹാരമാണ് *മലയാളം ദിക്കും ദിശയും* എന്ന ഈ പുസ്തകം. മുമ്പ് പ്രസിദ്ധീകരിച്ച ലേഖനങ്ങളുടെ പരിഷ്കൃതരൂപങ്ങളും അപ്രകാശിത രചനകളും ചേർന്നാണ് ഭാഷയുടെ ദിക്കും ദിശയും

പരിശോധിക്കുന്നത്. സാമൂഹികഭാഷാശാസ്ത്രത്തിന്റെയും ന്യൂറോസയൻസിന്റെയും ഉൾക്കാഴ്ചകളാണ് ഈ പ്രബന്ധങ്ങൾക്ക് ആധാരം.

ഡോ. കെ. ജെ. അജയകുമാറിന്റെയും ഇൻസൈറ്റ് പബ്ലിക്കയിലെ സുമേഷിന്റെയും നിർബന്ധത്തിന്റെ ഫലമാണ് ഈ പുസ്തകം. നന്ദി. ഈ പുസ്തകം അജിതയ്ക്കും അശ്വിനും സമർപ്പിക്കുന്നു.

●

ഉള്ളടക്കം

മലയാളികൾ: ജനാധിപത്യബോധം മസ്തിഷ്കത്തിലുള്ള ജനത

മാന്യമായ പ്രബുദ്ധത

പാശ്ച്യാത്യ നവോത്ഥാനം 'പശ്ചാത്ഗമന'മായിരുന്നെങ്കിൽ കേരളീയ നവോത്ഥാനം 'പുരോഗമന'മായിരുന്നു. അതിൽ വേരൂന്നിനിൽക്കുന്ന രാഷ്ട്രീയബോധം മലയാളികളുടെ മസ്തിഷ്കത്തെ പരിഷ്കരിച്ചുവെന്നതിന്റെ തെളിവാണ് കഴിഞ്ഞ അറുപതുവർഷത്തെ കേരളചരിത്രം പുനർവായിക്കുമ്പോൾ തെളിഞ്ഞുവരുന്നത്. നാം തോറ്റ ജനതയല്ല; ജയിച്ച ജനതയുമല്ല; ജയിച്ചുകൊണ്ടിരിക്കുന്ന ജനതയാണ്. സ്ത്രീകൾക്കും ഗോത്രജനതയ്ക്കും ദലിതർക്കും ദരിദ്രർക്കും പുതുമങ്കമാർക്കും (ട്രാൻസ്ജൻഡർ) എതിരെയുള്ള അനീതികൾക്കും മതസ്പർദ്ധയ്ക്കും അപരവത്കരണത്തിനും പ്രാന്തവത്കരണത്തിനും എതിരെ ഉണർന്നു പ്രവർത്തിക്കാനുള്ള മലയാളിമസ്തിഷ്കത്തിന്റെ കഴിവ്, ഇന്ത്യയിലെ ഇതര സംസ്ഥാനങ്ങളെ അപേക്ഷിച്ച് കേരളത്തെ കൂടുതൽ ജനാധിപത്യവത്കരിക്കുന്നുണ്ട്. അറുപതുവർഷത്തെ കേരളചരിത്രം പ്രദാനംചെയ്യുന്ന അഭിമാനകരമായ സംഗതിയാണിത്. പ്രശ്നങ്ങൾ ഉണ്ടാകുമ്പോൾ ശക്തമായി പ്രതിഷേധിക്കാനും പരിഹാരം കണ്ടെത്താനും കേരളം ശ്രമിക്കുന്നുവെന്നത് ശ്രദ്ധേയമാണ്. ഭരണകൂടാധികാരം എവിടെയുണ്ടോ അവിടെയെല്ലാം പ്രതിരോധങ്ങളുമുണ്ട്.

ഭാഷാവികസനം/ സാമ്പത്തികവികസനം

ഇന്ത്യയിലെ മറ്റു പ്രദേശങ്ങളുമായി താരതമ്യം ചെയ്യുമ്പോൾ മലയാളിയുടെ പ്രബുദ്ധത അമാന്യമാണെന്ന് വിധികല്പിക്കാൻ ഒരിക്കലുമാകില്ല. അതിന് സഹായിക്കുന്ന ശക്തമായ സാമൂഹികബോധവും ഭാഷാബോധവും മലയാളിക്കുണ്ട്. സാമൂഹിക വൈവിദ്ധ്യങ്ങളെ ഉൾക്കൊള്ളാനും വിധേയത്വ മനോഭാവങ്ങളെ പുറന്തള്ളാനും ശക്തമായൊരു ഭാഷ മലയാളിക്കുണ്ടെന്നത് എടുത്തുപറയേണ്ട കാര്യമാണ്.

ഭാഷയ്ക്കാണോ ദേശത്തിനാണോ പ്രാധാന്യം എന്നത് ചെറുതല്ലാത്ത ചോദ്യമാണ്. ഭാഷയ്ക്കാണ് പ്രാധാന്യം എന്ന ഉത്തരം നൽകിയത് സ്വാതന്ത്ര്യാനന്തര ഇന്ത്യയാണ്. നിങ്ങൾക്ക് സ്വന്തമായൊരു മാതൃഭാഷയുണ്ട്; അതിൽ അഭിമാനിക്കു എന്നൊരു സന്ദേശംകൂടി ഭാഷയുടെ അടിസ്ഥാനത്തിൽ സംസ്ഥാനം രൂപീകരിക്കുമ്പോൾ ഭരണകൂടം നൽകിയിരുന്നു. സ്വത്വത്തെ പ്രത്യക്ഷപ്പെടുത്താനുള്ള മാനദണ്ഡമായി ആധുനിക ഇന്ത്യ ഭാഷയെ കണ്ടു. മലയാളഭാഷയുടെ സമഗ്രവികസനത്തിനായി ഇപ്പോൾ കേരളത്തിൽ നടക്കുന്ന സമരങ്ങളും ബോധവത്കരണശ്രമങ്ങളും ഈ സന്ദർഭത്തിൽ പ്രസക്തമാകുന്നു.

സാക്ഷരപൊതുമണ്ഡലം

വട്ടെഴുത്തും കോലെഴുത്തുംമാത്രം കേട്ടുശീലിച്ച മലയാളികൾക്ക് ഇപ്പോൾ ഇതര ജീവിതാവിഷ്കാരങ്ങളായ കേട്ടെഴുത്തും പാട്ടെഴുത്തും കളിയെഴുത്തും പരിചിതങ്ങളായി. സാക്ഷരപൊതുമണ്ഡലം കൂടുതൽ ജനാധിപത്യസ്വഭാവമുള്ളതായി മാറിയെന്നർഥം. ഇങ്ങനെ സാമൂഹികപരിണാമത്തിനോടൊപ്പം മലയാളിയുടെ മസ്തിഷ്കവും മാറികൊണ്ടിരിക്കുന്നു.

സൈബർ പൊതുമണ്ഡലം

താരതമ്യേന മതേതരത്വസ്വഭാവമുള്ള പൊതുഭാഷയായി മലയാളം നിലനിൽക്കുന്നതു ശ്രദ്ധേയമാണ്. ജാതീശ്രേണീകൃതമായ ഉച്ചനീചത്വങ്ങൾ നിറഞ്ഞ ആചാരഭാഷയെ തിരസ്കരിക്കാൻ കേരളജനത തയ്യാറായി. വിവേചനരഹിതമായ ഭാഷ പ്രയോഗിക്കാനുള്ള യജ്ഞത്തിലാണ് നാം ഇപ്പോൾ. സൈബർ മലയാളം നവപൊതുമണ്ഡലത്തിന്റെ ബദൽഭാഷയായി നിൽക്കുന്നു. ഏറെ സംവാദാത്മകമാണ് സൈബർമലയാളം എന്നതാണ് അതിന്റെ പ്രധാന സവിശേഷത. സാമൂഹികപ്രശ്നങ്ങളെ നവസാങ്കേതികതയുടെ അടിസ്ഥാനത്തിൽ അവതരിപ്പിക്കാൻ ശക്തമായ തരത്തിൽ മലയാളത്തെ ഒരുക്കിയെടുക്കാൻ സൈബർമലയാളത്തിന് കഴിഞ്ഞിട്ടുണ്ട്. എഴുത്തിനും

വായനയ്ക്കും പുതുബോധം നൽകാനും സൈബർപൊതുമണ്ഡലം രൂപീകരിക്കാനും സൈബർമലയാളം ശ്രമിക്കുന്നുണ്ട്. വരേണ്യഭാഷാമൂല്യങ്ങൾക്കുള്ള പ്രതിരോധവും ഈ ഭാഷയിൽ നടക്കുന്നുണ്ട്. ഈ സന്ദർഭത്തിൽ ബോധനമലയാളം എത്രത്തോളം നിഷ്പക്ഷമാണെന്ന കാര്യം പരിശോധിക്കേണ്ടതുണ്ട്. ബോധനമലയാളത്തിൽ കടന്നുവരുന്ന സാമൂഹികവിവേചനങ്ങൾ പരിശോധിച്ച് വിവേചനരഹിതമായൊരു ഭാഷയ്ക്കുവേണ്ടി നാം ശ്രമിക്കേണ്ടതുണ്ട്.

വിവേചനരഹിത ബോധനമലയാളം

സാമൂഹിക വിഭജനങ്ങൾ ഒഴിവാക്കിക്കൊണ്ട് എല്ലാവർക്കും ഒരേപോലെയുള്ള വിദ്യാഭ്യാസം എന്നതാണ് ആഗോളതലത്തിൽ സജീവമായി ചർച്ചചെയ്യപ്പെടുന്ന സർവജനവിദ്യാഭ്യാസ(ഇൻക്ലൂസീവ് എഡ്യുക്കേഷൻ)ത്തിന്റെ ലക്ഷ്യം. സാമൂഹികമായും സാമ്പത്തികമായും പിന്നാക്കം നിൽക്കുന്നവർക്ക് ഉയർന്ന നിലവാരമുള്ള വിദ്യാഭ്യാസം നൽകുകയാണ് ഇതിന്റെ പ്രധാന കർത്തവ്യം. ഭിന്നശേഷിയുള്ളവരെയും ഭിന്നലിംഗക്കാരെയും പരിഗണിക്കുന്നുവെന്ന സവിശേഷതയും ഈ വിദ്യാഭ്യാസപരികല്പനയ്ക്കുണ്ട്. പാരമ്പര്യവിദ്യാഭ്യാസത്തിലും ആധുനികവിദ്യാഭ്യാസത്തിലും പടർന്നേറിയ വിവേചനത്തെ ഒന്നോടെ പിഴുതെറിയാനുള്ള ശ്രമമാണ് സാമൂഹികമായ വേർതിരിവുകളൊന്നുമില്ലാത്ത സർവജനവിദ്യാഭ്യാസത്തിന്റെ ലക്ഷ്യം. പുതുതായൊരു ദേശീയവിദ്യാഭ്യാസനയം രൂപവത്കരിക്കുന്ന സമകാലിക ഇന്ത്യൻ സാഹചര്യത്തിൽ തീർച്ചയായും പരിഗണിക്കേണ്ട കാര്യങ്ങളാണ് സർവജനവിദ്യാഭ്യാസവും അതിനിണങ്ങുന്ന ബോധനഭാഷയും.

വിവേചനരഹിത മലയാളം

വിദ്യാഭ്യാസമാധ്യമമായി ഉപയോഗിക്കുന്ന ഭാഷയാണ് ബോധനഭാഷ. വ്യത്യസ്ത ഭാഷാഭേദങ്ങൾ നിലനിൽക്കുന്ന ഭാഷകളിൽ മാനകഭാഷയാണ് വിദ്യാഭ്യാസത്തിനായി ഉപയോഗിക്കുക. സാംസ്കാരികമായും സാമ്പത്തികമായും ഉയർന്ന പ്രദേശങ്ങളിൽ സംസാരിക്കുന്ന ഭാഷാഭേദങ്ങളാണ് പൊതുവെ മാനകഭാഷയായി പരിണമിക്കുക. ജാതിയുടെ അടിസ്ഥാനത്തിൽ ശ്രേണീകരണം നിലനിൽക്കുന്ന ഇന്ത്യൻസമൂഹങ്ങളിൽ മേൽജാതിക്കാരുടെ ഭാഷയും ചില പരിണാമങ്ങളോടെ മാനകഭാഷയുടെ പദവി അലങ്കരിക്കാറുണ്ട്. ദേശഭേദത്തേക്കാൾ മേൽജാതിഭാഷാഭേദത്തോടും ആൺഭാഷാഭേദത്തോടുമാണ് മലയാളമാനകഭാഷയ്ക്ക് അടുപ്പം. അതുകൊണ്ടുതന്നെ ജാതിപരവും പുരുഷമേധാവിത്വപരവുമായ വിവേചനങ്ങൾ ധാരാളമുള്ള ഭാഷയാണ് മാനകമലയാളം. ബോധനമാധ്യമമായി അത്തരം ഭാഷ

ഉപയോഗിക്കുമ്പോൾ ഈ വിവേചനം അതേപോലെ പകർന്നുകൊടുക്കുകയാണ് വിദ്യാലയങ്ങൾ ചെയ്യുന്നത്. ഭാഷാപരമായ വിവേചനങ്ങൾ സാമൂഹികമായ അകലങ്ങളും വിടവുകളും അടരുകളും തീർക്കും. ഉച്ചനീചത്വങ്ങളുടെ ധാരാളം പടവുകളുള്ള മാനകഭാഷയാണ് നാം ബോധനമാധ്യമമായി ഉപയോഗിക്കുന്നത്.

ഒരോ ഭാഷകസമൂഹത്തിന്റെയും സാംസ്കാരികവും സാമൂഹികവുമായ വിവേചനങ്ങൾ മാറ്റിനിർത്തിയ പദാവലികളും ഈണവുമുള്ള ഭാഷയെ വിദ്യാഭ്യാസത്തിനായി ഉപയോഗിക്കുന്നതിനെയാണ് വിവേചനരഹിതമായ ബോധനഭാഷ എന്നു പറയുന്നത്.

സാംസ്കാരികമായ ബഹുസ്വരത നിലനിർത്തിക്കൊണ്ട് വിവേചനരഹിതമായ ഭാഷ ബോധനമാധ്യമമാക്കുകയാണ് ചെയ്യേണ്ടത്. ഉറച്ചുപോയ നമ്മുടെ ഭാഷാശീലത്തെ മാറ്റിയെടുക്കുക എന്നതാണ് പ്രധാനം. അത് അത്ര എളുപ്പമുള്ള കാര്യമല്ലെങ്കിലും ക്രമേണ മാറ്റാവുന്നതാണെന്ന് തോന്നുന്നു. മലയാളത്തിൽ ഇക്കാര്യം എങ്ങനെ പ്രാവർത്തികമാക്കാമെന്ന കാര്യം നാം ഓരോരുത്തരും ചിന്തിക്കേണ്ട വിഷയമാകുന്നു.

ഉച്ചമില്ല നീചമില്ല

ഭാഷ സംസ്കാരബദ്ധമായതിനാൽ ജനങ്ങൾ തമ്മിലുള്ള അടുപ്പത്തെയും അകലത്തെയും പ്രതിഫലിപ്പിക്കാൻ ഭാഷയ്ക്ക് കഴിയും. സാമൂഹികമായ എല്ലാ വിവേചനങ്ങളും ഭാഷയിലുമുണ്ടാകുമ്പോൾ ഭാഷ വിവേചനങ്ങൾ വഹിക്കുന്ന മാധ്യമമായി മാറും. ലോകത്തിലെ എല്ലാ ഭാഷകളും ഇക്കാര്യത്തിൽ ഒരേ സ്വഭാവം പുലർത്തുന്നവയാണ്. അതുകൊണ്ടുതന്നെ സർവജനവിദ്യാഭ്യാസ ബോധനത്തിനായി സ്വീകരിക്കുന്ന ഭാഷ സുതാര്യവും വിവേചനരഹിതവുമാകണം.

എല്ലാ വിഭാഗങ്ങളെയും ഉൾപെടുത്തിക്കൊണ്ടുള്ളതും ഭാഷയ്ക്ക് വളരെയേറെ പ്രാധാന്യംകൊടുക്കുന്നതുമായ വിദ്യാഭ്യാസമാണ് പുതുതായി നടപ്പിലാക്കാൻപോകുന്ന വിദ്യാഭ്യാസനയത്തിന്റെ പ്രഖ്യാപിതലക്ഷ്യമെന്ന് കേൾക്കുന്നു. പ്രധാനപ്പെട്ട രണ്ട് ദേശീയ വിദ്യാഭ്യാസനയങ്ങൾ (1986/1992) നടപ്പിലാക്കിക്കഴിഞ്ഞിട്ടും സാമൂഹിക വേർതിരിവുകൾ ഇല്ലാതെ വിദ്യാഭ്യാസം സാർവത്രികമാക്കുകയെന്ന കാര്യം സമ്പൂർണമായി പ്രാവർത്തികമാക്കാൻ പല സംസ്ഥാനങ്ങൾക്കും സാധിച്ചിട്ടില്ല. ഇക്കാര്യത്തിൽ മുന്നോട്ടുപോയിട്ടുള്ള സംസ്ഥാനങ്ങൾ ബോധനമാധ്യമമായി ഉപയോഗിക്കുന്ന ഭാഷയിലെ വിവേചനങ്ങൾ എങ്ങനെ ഒഴിവാക്കണമെന്ന കാര്യമാണ് പ്രധാനമായും ശ്രദ്ധിക്കേണ്ടതെന്ന് തോന്നുന്നു.

ലിംഗം, ജാതി, മതം, സമ്പത്ത്, കുടിയേറ്റം, തൊഴിൽ എന്നിങ്ങനെയുള്ളവയുടെ അടിസ്ഥാനത്തിൽ രൂപപ്പെടുന്ന വിവേചനങ്ങൾ മലയാളബോധനഭാഷയിൽനിന്ന് ഒഴിവാക്കിക്കൊണ്ടാണ് വിവേചനരഹിതമായ ബോധനഭാഷ സാധ്യമാകുക. അതിനായി വിവേചനരഹിതമായ ഭാഷാനിഘണ്ടു നിർമിക്കുകയാണ് ആദ്യം ചെയ്യേണ്ടത്. അതിന് അനുസൃതമായിവേണം പാഠപുസ്തകങ്ങളും അധ്യാപകസഹായികളും രചിക്കേണ്ടത്. പ്രൈമറിതലംമുതൽ ഉപരിപഠനംവരെയുള്ള എല്ലാ മേഖലകളിലേക്കുമായി പാഠപുസ്തകങ്ങൾ തയ്യാറാക്കുമ്പോൾതന്നെ സാമൂഹികവിവേചനപദാവലികൾ കർശനമായും എടുത്തുമാറ്റുന്നത് ബോധനഭാഷ വിവേചനരഹിതമായ ഭാഷയാക്കുന്നതിന്റെ ആദ്യപടിയാണ്. അതോടൊപ്പം ബഹുജനമാധ്യമമലയാളവും ബോധനമലയാളവും പാരസ്പര്യമുള്ളതായിരിക്കാൻ മാധ്യമപ്രവർത്തകരും ശ്രദ്ധിക്കുന്നത് അഭികാമ്യമാണ്. അതിനോടൊപ്പം ക്ലാസ്സുമുറികളിലും ചിലതൊക്കെ ചെയ്യാനാകും. കുട്ടികളുടെയും അധ്യാപകരുടെയും പേരിനോടൊപ്പമുള്ള ജാതിപ്പേരുകൾ വിളിക്കുന്നതും പരാമർശിക്കുന്നതും ഒഴിവാക്കുന്നത് നന്നായിരിക്കും. സർവനാമങ്ങളായി ജാതിപ്പേർ ഉപയോഗിക്കുന്നതും അതോടൊപ്പം ജാതിശ്രേണീബദ്ധമായ സാമൂഹികാവസ്ഥയെ ആവിഷ്കരിക്കുന്ന പദാവലികൾ ഒഴിവാക്കുന്നതും നന്നായിരിക്കും.

ലിംഗവിവേചനസ്വഭാവമുള്ള ഭാഷാരൂപങ്ങൾ വിദ്യാഭ്യാസസ്ഥാപനങ്ങൾ ബഹിഷ്കരിക്കണം. ഉദാഹരണമായി സ്ത്രീയും പുരുഷനും ഉള്ളടങ്ങിയ ഒരേ കാര്യങ്ങളെ കുറിക്കാൻ ബഹുവചനം ഉപയോഗിക്കുന്നതാണ് ഉചിതം 'എഴുത്തുകാരന്മാർ' എന്നതിന് 'എഴുത്തുകാരെ'ന്നും 'ശാസ്ത്രജ്ഞന്മാർ' എന്നതിന് 'ശാസ്ത്രജ്ഞർ'എന്നും ഉപയോഗിക്കുന്നത് ഉദാഹരണങ്ങൾ. മാത്രമല്ല ദേശവിവേചനങ്ങളെ സൂചിപ്പിക്കുന്ന തെക്കൻ, വടക്കൻ, കിഴക്കൻ, വരുത്തൻ എന്ന മട്ടിലുള്ള പ്രയോഗങ്ങളും ഒഴിവാക്കണം. ശാരീരിക വൈകല്യമുള്ളവരെ കളിയാക്കുന്ന മട്ടിലുള്ള ഭാഷാപ്രയോഗങ്ങൾ ഒഴിവാക്കണം. ഉദാഹരണം മുടന്തൻന്യായം, ഞൊണ്ടിന്യായം, മന്ദബുദ്ധി, പൊട്ടൻ, ചെകിടൻ. ചില ഉദാഹരണങ്ങൾ ചൂണ്ടിക്കാണിച്ചുവെന്നേയുള്ളൂ. സാമൂഹികവിവേചനങ്ങൾ ഉണ്ടാക്കുന്ന ഏതുതരത്തിലുള്ള പ്രയോഗവും വിദ്യാഭ്യാസസ്ഥാപനങ്ങളിൽനിന്ന് ഒഴിവാക്കേണ്ടതാണ്.

അധ്യാപകരുൾപ്പെടെ വിദ്യാലയത്തിന്റെ ഭാഗമാകുന്ന എല്ലാവരും വിവേചനരഹിതമായ ഭാഷ ഉപയോഗിക്കാൻ ശ്രദ്ധിക്കണം. വിദ്യാഭ്യാസം എല്ലാവരുടെയും അവകാശമാകുന്നതുപോലെ സാമൂഹികവിവേചനരഹിതമായ ഭാഷയും പൊതുസ്വത്തായി

മാറണം. സാമൂഹികബോധമുള്ള ഭാവിപൗരരെ ഒരുക്കിയെടുക്കാൻ ഇത്തരമൊരു ഭാഷയ്ക്കുമാത്രമേ കഴിയൂ. പല സാമൂഹിക പ്രശ്നങ്ങൾക്കുമുള്ള ആദ്യപരിഹാരം വിവേചനരഹിതമായ ഭാഷയാണെന്ന് നാം മനസ്സിലാക്കേണ്ടതുണ്ട്.

മറച്ചുവെയ്ക്കണമെന്ന് സമൂഹം നിഷ്കർഷിക്കുന്ന ചില അവയവങ്ങൾ ശരീരത്തിലുള്ളതുപോലെ സാമൂഹികവിവേചനങ്ങളെ പ്രകടിപ്പിക്കുന്ന പദങ്ങളും ശൈലികളും ഉള്ളടങ്ങിയ വിലക്കുചൊല്ലുകളും ബോധനഭാഷയിൽനിന്ന് ഒഴിവാക്കണം. ശാപം, ശകാരം, മതനിന്ദ, മൃഗനിന്ദ, ലൈംഗികാഭാസം എന്നിങ്ങനെ പല പ്രതിലോമകാര്യങ്ങളുടെയും ചേരുവയാണ് വിലക്കുചൊല്ലുകൾ എന്നതുതന്നെ കാരണം. ('മാന്യം അമാന്യം: മലയാള വഴികൾ' എന്ന പ്രബന്ധത്തിൽ ഇക്കാര്യം വിശദമാക്കുന്നുണ്ട്)

ജാതിവ്യവസ്ഥയുടെയും നാടുവാഴിത്തത്തിന്റെയും അധിനിവേശത്തിന്റെയും അധികാരവ്യവസ്ഥകളാണ് മലയാളഭാഷയെ വിവേചനത്തിന്റെ ഭാഷയാക്കി മാറ്റിയത്. അതെല്ലാം ഒഴിവാക്കി, എത്രത്തോളം ജനാധിപത്യസ്വഭാവം കൈവരിയ്ക്കാനാകുമെന്നിടത്താണ് മലയാളം വിവേചനരഹിതമായ ബോധനഭാഷയായി മാറുന്നത്. വളരെ സങ്കീർണമായ സവിശേഷതകളുള്ള സംസ്കാരത്തെ മനസ്സിലാക്കാനും താദാത്മ്യം പ്രാപിക്കാനും സഹായിക്കാൻ വിവേചനരഹിതമായ വിദ്യഭ്യാസഭാഷയ്ക്ക് കഴിയും. അത് ഉണ്ടാക്കുന്നതാകട്ടെ വിവേചനരഹിതമായ മാനകഭാഷയാണ്.

●

മലയാളഭാഷയുടെ മുന്നേറ്റം

ആഗോളതലത്തിൽ ആശയവിനിമയാർഥം ഉപയോഗിക്കുന്ന ഇംഗ്ലീഷ്, ഫ്രഞ്ച്, സ്പാനിഷ്, ചൈനീസ് തുടങ്ങിയ ഭാഷകൾ ഒഴികെ ലോകത്തിലെ അനേകം ഭാഷകസമൂഹങ്ങൾ നിത്യവ്യവഹാരത്തിന് ഉപയോഗിക്കുന്ന മറ്റ് ഭാഷകളെല്ലാം അപകടഭീഷണി നേരിട്ടുകൊണ്ടിരിക്കുകയാണെന്ന് പ്രചരിപ്പിക്കപ്പെടുന്ന ആഗോളീകരണകാലഘട്ടത്തിൽ മലയാളഭാഷയുടെ സമകാലികസ്വഭാവം അന്വേഷിക്കുകയാണ് ഈ ലേഖനത്തിന്റെ ലക്ഷ്യം.

ആഗോളീകരണസാഹചര്യത്തോടു ചേർന്നുനിൽക്കുകയാണെന്ന് തോന്നിപ്പിക്കുന്ന വിധത്തിൽ, മലയാളഭാഷ മരിച്ചുകൊണ്ടിരിക്കുകയാണെന്ന് വാദിക്കുന്ന എഴുത്തുകാരുടെ പക്ഷവും ബഹുമുഖമായ ആവിഷ്കാരങ്ങളിലൂടെ മലയാളം ശക്തമായി മുന്നേറുകയാണെന്ന് പറയുന്ന ഭാഷാശാസ്ത്രജ്ഞരുടെ പക്ഷവും പരിശോധിച്ച് മലയാളത്തിന്റെ വർത്തമാനാവസ്ഥ വിലയിരുത്തുകയാണ് ഇവിടെ. മലയാളം മരിക്കുന്നുവെന്ന് പറയുന്ന എഴുത്തുകാരുടെ അഭിപ്രായം പരിശോധിക്കുന്നതിനുമുമ്പ് 'ഭാഷാമരണം' എന്നതുകൊണ്ട് ഭാഷാശാസ്ത്രം കല്പിക്കുന്ന അർഥമെന്തെന്ന് അറിയേണ്ടതുണ്ട്.

ഒരു ഭാഷകസമൂഹം മാതൃഭാഷയായി ഉപയോഗിച്ചുവരുന്ന ഭാഷ അപ്രത്യക്ഷമാകുന്നതിനെയാണ് ഭാഷാമരണം എന്ന് പറയുന്നത്. പട്ടാളം, സമ്പത്ത്, മതം, സംസ്കാരം, വിദ്യാഭ്യാസം എന്നിവ മാതൃഭാഷയിൽ ചെലുത്തുന്ന ആധിപത്യം എന്ന ബാഹ്യകാരണവും ഭാഷകർ മാതൃഭാഷയോട് കാണിക്കുന്ന അവഗണന എന്ന ആഭ്യന്തരകാരണവുമാണ് ഭാഷയുടെ പ്രധാന ഭീഷണികൾ. ആന്തരിക

കാരണം പലപ്പോഴും ബാഹ്യകാരണങ്ങളുടെ സമ്മർദ്ദഫലമായി ഉണ്ടാകുന്നതാകാം.

'പ്രാദേശികഭാഷ' (ലോകഭാഷകൾ ഒഴിച്ചുള്ളവയെല്ലാം പ്രാദേശികഭാഷകളാണെന്ന നിലപാടാണ് 'ആഗോളീകരണവാദി'കൾക്കുള്ളത്) നേരിടേണ്ടിവരുന്ന മറ്റൊരു വെല്ലുവിളിയായി ആഗോളീകരണത്തെ കരുതണം. ഹവായ് യൂണിവേഴ്സിറ്റിയിലെ 'ഗ്ലോബലൈസേഷൻ റിസേർച്ച് സെന്ററി'ലെ ഗവേഷകർ (Steger, 2003) ആഗോളീകരണ കാലഘട്ടത്തിൽ ഭാഷ മരിക്കുന്നതിന് ചില കാരണങ്ങൾ ചൂണ്ടിക്കാണിക്കുന്നു:

(i) **ഭാഷകളുടെ എണ്ണത്തിലുള്ള വ്യത്യാസം:** സാംസ്കാരികശക്തികളെ ഏകീകരിക്കുന്നതിന്റെ ഭാഗമായി ലോകത്തിന്റെ വിവിധഭാഗങ്ങളിലുള്ള ഭാഷകളുടെ എണ്ണം ക്രമാതീതമായി കുറയുക എന്നാണ് ഇതുകൊണ്ട് അർഥമാക്കുന്നത്. ഭീഷണി നേരിടുന്നത് പ്രാദേശികഭാഷകളാണ്; മുന്നേറുന്നത് ലോകഭാഷകളും. ആംഗ്ലോ- അമേരിക്കൻ സാംസ്കാരികവ്യവസായം ഇംഗ്ലീഷിനെ ഇരുപത്തിയൊന്നാം നൂറ്റാണ്ടിലെ ഇണക്കമൊഴി (Lingua Franca)യാക്കിത്തീർക്കാനുള്ള കഠിനശ്രമത്തിലാണ്. ആ മുന്നേറ്റത്തിൽ പല ഭാഷകളും കൊഴിഞ്ഞുപോകുന്നു.

(ii) **കുടിയേറ്റം:** അന്യഭാഷാപ്രദേശങ്ങളിലേക്ക് കുടിയേറി താമസിക്കുന്നവരുടെ ഭാഷയിൽ സമ്പർക്കഭാഷയുടെ മേധാവിത്വംമൂലം മാതൃഭാഷയെ വേണ്ടതോതിൽ പരിഗണിക്കാനും സംരക്ഷിക്കുവാനും കഴിയാത്ത സാഹചര്യം ഉണ്ടാകാം. അപ്പോൾ മാതൃഭാഷ ഉപേക്ഷിച്ച് സമ്പർക്കഭാഷ നിത്യവ്യവഹാരത്തിനായി ഉപയോഗിക്കേണ്ടിവരികയും ചെയ്യുന്നു. അത്തരം സന്ദർഭമുണ്ടാകുമ്പോൾ കുടിയേറ്റക്കാരുടെ മാതൃഭാഷ മരിക്കുന്നു. കുടിയേറ്റക്കാരുടെ ഭാഷാമരണവുമായി ബന്ധപ്പെട്ട മറ്റൊരു വിഷയം ഭാഷാദേശ(language shift)മാണ്. തങ്ങളുടെ മക്കളിലേക്ക് ഭാഷ കൈമാറാതിരിക്കുകയും മക്കൾ സമ്പർക്കഭാഷ മാതൃഭാഷയായി ഉപയോഗിക്കുകയും അങ്ങനെ അത് തലമുറകളിലേക്ക് മാറുന്നതുമായ പ്രക്രിയയാണ് ഭാഷാദേശം; തലമുറകളിലൂടെയാണ് ഈ പ്രക്രിയ പൂർണമാകുന്നത്.

ഭാഷ ജീർണിക്കുന്നതിനെ ഭാഷാമരണമായി കാണുന്നവരുമുണ്ട്. ഉദാഹരണത്തിന് യു.കെയിലെ ഇംഗ്ലീഷിനെക്കുറിച്ച് അവിടുത്തുകാർക്കുള്ള ആശങ്ക. യു.കെയിലെ വർത്തമാനപത്രങ്ങൾ വായിക്കുന്ന ഒരാൾക്ക്, വായനക്കാരുടെ കത്തുകളിലൂടെ കണ്ണോടിച്ചാൽ എളുപ്പം

മനസ്സിലാകുന്നൊരു കാര്യം ഇംഗ്ലീഷ് ഭാഷ നശിച്ചുകൊണ്ടിരിക്കുകയാണെന്നാകുന്നു. അത്രയേറെ കത്തുകളാണ് ഇംഗ്ലീഷ് ഭാഷയുമായി ബന്ധപ്പെട്ട് പത്രാധിപർക്ക് ലഭിക്കുന്നത്. മറ്റു ഭാഷകളിൽനിന്നുള്ള പദങ്ങൾ കടംകൊള്ളുന്നതും അക്ഷരത്തെറ്റും പൈതൃകപദപ്രയോഗങ്ങളുമാണ് ഇംഗ്ലീഷ്ഭാഷയെ നശിപ്പിച്ചുകൊണ്ടിരിക്കുന്നത്(Carmen,2007:199). ഏതാണ്ട് ഇതിനു തുല്യമായൊരു അഭിപ്രായം ഇംഗ്ലീഷിനെക്കുറിച്ച് മുപ്പതുകളിൽ ജോർജ് ഓർവൽ (1930)പറഞ്ഞിട്ടുണ്ട്. ഭാഷ ജീർണിക്കുന്നതിന്റെ രാഷ്ട്രീയമാണ് അദ്ദേഹം പരിശോധിച്ചത്.

ഭാഷ മരിക്കുന്നുവെന്ന തോന്നലിന് ആക്കംകൂട്ടുന്ന തരത്തിലുള്ള പഠനങ്ങളും കണക്കെടുപ്പുകളും ആഗോളതലത്തിൽ നടക്കുന്നതും ഭാഷകരെ അസ്വസ്ഥരാക്കുന്നുണ്ട്. ഈ അഭിപ്രായം ശ്രദ്ധിക്കുക: 'ആറായിരത്തിലധികം ഭാഷകൾ, ലോകത്തിൽ സംസാരിക്കപ്പെടുന്നുണ്ട്. അപകടഭീഷണി നേരിടുന്ന ഭാഷകൾ, ഈ നൂറ്റാണ്ടിന്റെ അന്ത്യത്തോടെ 90 ശതമാനമാകും. ഡേവിഡ് ക്രിസ്റ്റലിനെപ്പോലുള്ളവർ കണക്കുകൂട്ടുന്നത് ഓരോ രണ്ടാഴ്ച കൂടുമ്പോഴും ഒരു ഭാഷ നശിക്കുന്നുവെന്നാണ്. 260 ആദിമഭാഷ നിലവിലുള്ള ആസ്ത്രേലിയയിൽ 100 ഭാഷകൾ അപകടഭീഷണി നേരിടുകയാണ് (2007: 199).

മരണപ്രവചനം മലയാളത്തിൽ

തിരുവനന്തപുരം യൂണിവേഴ്സിറ്റി കോളജിൽ മലയാളഭാഷാഭിവൃദ്ധിയെക്കുറിച്ച് 1889 സെപ്തംബർ ഇരുപത്തിയൊന്നാം തീയ്യതി നടത്തിയ പ്രസംഗത്തിൽ ആർച്ച് ഡീക്കൻ കോശി എന്ന പണ്ഡിതൻ മലയാളഭാഷയുടെ തെളിവുകേടിനെക്കുറിച്ചും മലയാളികൾക്ക് മലയാളം പറയാനുള്ള മടിയെക്കുറിച്ചും വിശദമായി സൂചിപ്പിക്കുകയുണ്ടായി (സേതുമാധവൻ, 2004:9). ഏതാണ്ട് ഇതിനു തുല്യമായ മറ്റൊരു പരാമർശംകൂടി ശ്രദ്ധിക്കുക –1899-ൽ സാഹിത്യപഞ്ചാനൻ.പി.കെ. നാരായണപിള്ള യൂണിവേഴ്സിറ്റികോളേജിൽ ചെയ്ത പ്രസംഗത്തിൽ ഇങ്ങനെ പറയുന്നു: 'ഇനി വരാൻ പോകുന്ന നൂറ്റാണ്ട് മലയാളത്തിന് ഇംഗ്ലീഷിന്റെ പിന്നാലെ പോകാനുള്ളതാണ്'' (സ്കറിയ സക്കറിയ, 2010:19). മലയാളത്തിലെ 'ക്ലാസിക് കൃതിയായ ഇന്ദുലേഖ' പിറന്ന കാലഘട്ടത്തിൽതന്നെയാണ് ഈ പ്രസ്താവനയെന്നും ഓർക്കേണ്ടതുണ്ട്. പഴമയുടെ മണമുള്ള പല മലയാളവാക്കുകളും അന്യംനിന്നുപോകുകയും പുതിയ പദങ്ങൾ തൽസ്ഥാനം കീഴടക്കുകയും ചെയ്യുന്നതാണ് മലയാളം മരിക്കാൻ കാരണമെന്ന് ചിലർ കരുതുന്നു. 'സായിപ്പ് ചിട്ടപ്പെടുത്തി പഠിപ്പിച്ച മലയാളം പഠിച്ച് വളർന്ന മലയാളി കണ്ടതെന്തും സ്വന്തമാക്കുന്നത് ശീലിപ്പിച്ചതോടെ

മലയാളം വഴിയാധാരമായി' (സേതുമാധവൻ, 2004:9). ഇതാണ് ഭാഷാമരണം എന്നതുകൊണ്ട് ചിലർ അർഥമാക്കുന്നത്. ഇനി, അടുത്തകാലത്ത് മലയാളം മരിക്കുന്നുവെന്ന പേരിൽ നടന്ന ചർച്ചയിൽ പങ്കെടുത്ത് സംസാരിച്ച എഴുത്തുകാരുടെ അഭിപ്രായങ്ങൾ നോക്കാം: "ഒരു ഭാഷയുടെ മരണം രണ്ടു വിധത്തിലാണ് സംഭവിക്കുന്നത്: ഭാഷ നമ്മെ വിട്ടു ദൂരെ പോകുമ്പോൾ അല്ലെങ്കിൽ ഭാഷയുടെ മുകളിൽ ആക്രമണമുണ്ടാകുമ്പോൾ. മലയാളഭാഷയ്ക്ക് ഈ രണ്ട് ദുർവിധികളും ഒന്നിച്ചു എറ്റുവാങ്ങേണ്ടി വന്നിട്ടുണ്ട്. ഉപജീവനമാർഗം തേടി നാടുവിട്ടു പോകുമ്പോൾ സ്വന്തം ഭാഷയെ ഉപേക്ഷിക്കേണ്ടിവരുന്നവരും മാതൃഭാഷ സംസാരിക്കുന്നത് അന്തസ്സിനു ചേരാത്തതായി കരുതുന്നവരുമാണ് വലിയൊരു വിഭാഗം മലയാളികൾ" എന്നാണ് എം. മുകുന്ദന്റെ അഭിപ്രായമെങ്കിൽ, "മാറിയകാലത്തിന് അനുസൃതമായി മാതൃഭാഷയെ നവീകരിക്കുവാൻ നാം ഒരുമ്പെടുന്നില്ല. മലയാളം ഒരു സങ്കരഭാഷയായി അധഃപ്പതിക്കുന്നതിന് ഇതും ഒരു കാരണമാകു"വെന്ന് സച്ചിദാനന്ദൻ നിരീക്ഷിക്കുന്നു. "1990-ഓടെ മൂത്തുവന്ന ഉത്തരാധുനികതാകാലത്തിന്റെ നിരൂപണഗദ്യം ശരിക്കും ജനങ്ങളെ പോരിന് വിളിക്കുന്നതാണ്. സിദ്ധാന്തങ്ങളും നാട്യങ്ങളുംകൊണ്ട് കലുഷവും സങ്കീർണവുമായിത്തീർന്ന ഈ ഗദ്യത്തിൽ വാക്യഘടനകളിലും സാങ്കേതികപദങ്ങളിലും ഇംഗ്ലീഷിന്റെ ദുരാധിപത്യമാണ് പുലരുന്നത്. ഈ നിരൂപകന്മാരെ അനുകരിക്കുന്ന പത്രക്കാരുണ്ട്, ലേഖകന്മാരുണ്ട്. അവരുടെ ലേഖനങ്ങൾക്ക് ഇല്ലാത്ത കനം ഉണ്ടെന്ന് ഈ ഭാഷാസങ്കീർണത കാരണം ചിലർ തെറ്റിദ്ധരിക്കുകയും ചെയ്യുന്നു" എന്ന് എം.എൻ. കാരശ്ശേരി പറയുന്നു.

"മലയാളം പറയാതെ മലയാളിക്ക് ജീവിക്കാമെന്നായിട്ടുണ്ട് ഏറെക്കുറെ. സംസാരത്തിലാകട്ടെ വളച്ചുകെട്ടലുകൾ, ഉക്തിവൈചിത്ര്യങ്ങൾ, ധ്വനികൾ കുറഞ്ഞു" എന്നാണ് കല്പറ്റ നാരായണൻ അഭിപ്രായപ്പെടുന്നത്.

മലയാളഭാഷയുടെ നാശത്തിനുള്ള പ്രധാനകാരണങ്ങളായി ഇവർ പറയുന്ന വസ്തുതകൾ ഇങ്ങനെ സംഗ്രഹിക്കാം:

(i) ഇംഗ്ലീഷ് ഭാഷയുടെ ഉപയോഗം.
(ii) അവതാരകമലയാളം.
(iii) ഉത്താരാധുനിക സാഹിത്യഭാഷ.

ഇവയെല്ലാം 'ഭാഷാശുദ്ധി' (ഭാഷാശുദ്ധവാദം) എന്ന ഒറ്റ കാര്യത്തിലാണ് ഊന്നുന്നത്. മലയാളത്തിലെ എഴുത്തുകാർ എടുക്കുന്ന നിലപാടുകൾ പരിശോധിച്ചാൽ ഇക്കാര്യം വ്യക്തമായി മനസ്സിലാക്കുവാനാകും. മുകുന്ദൻ പരാമർശിക്കുന്നത്, ദ്വിഭാഷാസാഹചര്യത്തിലുണ്ടാകുന്ന

ഭാഷാമരണത്തെയാണ്. ദ്വിഭാഷാസാഹചര്യത്തിലും സ്വന്തം നാട്ടിലും ഭാഷയ്ക്ക് നേരിടുന്ന ഭീഷണി രണ്ടുതരത്തിലാണ് വിലയിരുത്തേണ്ടത്. കാരണം ഇവ രണ്ടും വ്യത്യസ്ത രാഷ്ട്രീയകാരണങ്ങളാൽ ഉണ്ടാകുന്നവയാണ്. ഭാഷാദേശവും സംരക്ഷണവും ആഗോളപ്രതിഭാസമാണ്. ദ്വിഭാഷാ-ബഹുഭാഷാസമൂഹത്തിൽ സമ്പർക്കഭാഷയായി ഇംഗ്ലീഷ് ഉപയോഗിക്കുന്നതും ദ്വിഭാഷാസാഹചര്യത്തിൽ വളരുന്ന കുട്ടി മാതൃഭാഷയോടൊപ്പം ഇംഗ്ലീഷ് സംസാരിക്കുന്നതും മലയാളഭാഷയുടെ ഭാവി തകർക്കുമെന്ന് പറയുന്നതിൽ അർഥമില്ല. മറിച്ച് ദ്വിഭാഷാസാഹചര്യത്തിലെ മലയാളികളുടെ ഭാഷ ഇല്ലാതാക്കിയേക്കാം. ഇന്ത്യൻ സാഹചര്യത്തിൽ അത്തരമൊരു സാഹചര്യം മലയാളിക്ക് വന്നിട്ടുണ്ടോ എന്നതും അന്വേഷണവിധേയമാക്കേണ്ട വിഷയമാണ്. ദൽഹി, ചെന്നൈ, ബംഗ്ലൂരു, മൈസൂരു എന്നിങ്ങനെയുള്ള നഗരങ്ങളിൽ മലയാളഭാഷാസ്വത്വത്തെയും സാംസ്കാരികസ്വത്വത്തെയും നിലനിർത്താനുള്ള ഭൗതികസാഹചര്യമുണ്ടാക്കിയെടുക്കുവാൻ അവിടങ്ങളിലെ മലയാളികൾ യജ്ഞിക്കുന്നത് ഒറ്റയടിക്കുതള്ളിക്കളയേണ്ട വിഷയമല്ല.

ഏതാനും പദങ്ങൾമാത്രം സ്വീകരിക്കുമ്പോളല്ല, മറിച്ച് മറ്റൊരു ഭാഷയുടെ വ്യാകരണം സ്വീകരിക്കുമ്പോൾ മാത്രമേ ഒരു ഭാഷയെ സങ്കരഭാഷ എന്നു വിളിക്കാനാകൂ. സച്ചിദാനന്ദൻ പറഞ്ഞ മറ്റ് അഭിപ്രായങ്ങൾ ശ്രദ്ധിക്കുക —“ഈ ‘ശുദ്ധ’ഭാഷാസങ്കൽപവും തുടർന്നുള്ള ‘ശുദ്ധീകരണ’വും നല്ല കാര്യമോ ചീത്തക്കാര്യമോ എന്ന് എനിക്ക് തീർച്ചയില്ല... ഒപ്പം ഇംഗ്ലീഷ് ഇത്തരം ഒരു പരിശുദ്ധിവാദം പുലർത്തിയിരുന്നെങ്കിൽ എത്രയോ ദരിദ്രമായ ഭാഷയാകുമായിരുന്നു”— ഭാഷാശുദ്ധി സങ്കല്പത്തിന് താൻ എതിരാണെന്ന് അദ്ദേഹം പറയുന്നു. “നല്ല മലയാളവാക്കുകൾ ലഭ്യമായ ഇടങ്ങളിൽപോലും ഇംഗ്ലീഷ് ഉപയോഗിക്കുക, മലയാളം ഇംഗ്ലീഷിന്റെ ആക്സന്റും ടോണും —ഊന്നലും സ്വരവും— ഉപയോഗിച്ച് ഉച്ചരിക്കുക-” ഇങ്ങനെ ഭാഷ (അവതാരകമലയാളം) വികലമാകുന്നുവെന്നാണ് അദ്ദേഹം സ്ഥാപിക്കുന്നത്. ഇതിനെ സർഗാത്മകം എന്നു വിളിക്കാൻ പറ്റില്ലെന്നും അദ്ദേഹത്തിന് അഭിപ്രായമുണ്ട്. എന്നാൽ നിരൂപണഗദ്യത്തെ അദ്ദേഹം ന്യായീകരിക്കുന്നു. “ഭാഷയിൽ പുതുസിദ്ധാന്തങ്ങൾ അവതരിപ്പിക്കപ്പെടുമ്പോൾ പുത്തൻ വാക്കുകളും സൃഷ്ടിക്കേണ്ടിവരും. പാരമ്പര്യവാദികൾക്ക് അത് അരോചകമുണ്ടാക്കുമെങ്കിലും പിന്നീട് അത്തരം പദങ്ങൾ പ്രചാരം നേടികഴിയുമ്പോൾ അത് ഭാഷയുടെ പൊതുസ്വത്തായിത്തീരുകയാണ് ചെയ്യുന്നത്.” ആഗോള ബൗദ്ധികവ്യവഹാരത്തിന്റെ ഭാഷയാണ് അന്തർദേശീയ

ശാസ്ത്രപ്രസിദ്ധീകരണങ്ങൾ ഉപയോഗിക്കുന്നത്. ആ അവസ്ഥയിലേക്ക് മലയാളവും എത്തിയേക്കാമെന്ന ശുഭസൂചന സച്ചിദാനന്ദന്റെ അഭിപ്രായത്തിലുണ്ട്. എന്നാൽ ഇക്കാര്യം മനസ്സിലാക്കുവാൻ ചിലർ സന്നദ്ധരല്ല. എഴുത്തുകാരുടെ രചനാശൈലിയിലാണ് കാരശ്ശേരി ഊന്നുന്നതെങ്കിലും മലയാളവാക്യഘടനയിൽ ഇംഗ്ലീഷിന്റെ ദുരാധിപത്യം എങ്ങനെ വന്നുവെന്ന് അദ്ദേഹം വിശദീകരിക്കുന്നില്ല. കാരണം വാക്യങ്ങളുടെ കൂട്ടമാണ് ഭാഷ എന്നതിനാൽ അതിന് വളരെ പ്രാധാന്യമുണ്ട്. പുതുസിദ്ധാന്തങ്ങൾ മലയാളത്തിൽ ആവിഷ്കരിക്കപ്പെട്ടുമ്പോൾ ഭാഷയ്ക്കുണ്ടാകുന്ന നേട്ടത്തെക്കുറിച്ച് സച്ചിദാനന്ദൻ പറഞ്ഞ കാര്യം ഈ സന്ദർഭത്തിൽ ഓർക്കാം "മലയാളം കുറെച്ചെങ്കിലും ആവിഷ്കാരപ്രാപ്തി - ഭാവാവിഷ്കാരവും വിചാരാവിഷ്കാരവും - നേടിയിട്ടുണ്ടെങ്കിൽ അതിനൊരു കാരണം അനേകം ഭാഷകളുമായി അതു പുലർത്തിപ്പോരുന്ന സമ്പർക്കമാണ്" (സച്ചിദാനന്ദൻ,2007:6). "സാർത്രിനെയും അൽത്തൂസറിനേയും ഫൂക്കോയേയും ദറിദയേയും ഫെമിനിസ്റ്റുസിദ്ധാന്തങ്ങളെയുംകുറിച്ച് മലയാളത്തിൽ ആദ്യമായി പ്രതിപാദിക്കുമ്പോൾ എന്റെ മുമ്പിലൊരു ഭാഷയില്ലായിരുന്നു. പലപ്പോഴും വാക്കുകളുണ്ടാക്കേണ്ടി വന്നു. പക്ഷേ അവയിൽ പല വാക്കുകളും പിന്നീട് പൊതുവ്യവഹാരത്തിന്റെ ഭാഗമായി" (സച്ചിദാനന്ദൻ, 2007:6).

ഗദ്യംപോലെ ശുദ്ധിവാദക്കാരെ അകറ്റുന്ന മറ്റൊരു വസ്തുത ടെലിവിഷൻ മലയാളമാണ്. ടി.വി. അവതാരകരെ മലയാളത്തിന്റെ കൊലപാതകികളായിട്ടാണ് പലരും കാണുന്നത്. അവരുടെ ഉച്ചാരണത്തിലും വ്യാകരണത്തിലും വാക്യഘടനയിലുമെല്ലാം കുഴപ്പമുണ്ടെന്നതാണ് വാദം.

മലയാളം ചാനലുകളിലെ പരിപാടികൾ കാണുന്നത് മലയാളികളാണ്. അവരോടെന്തിന് ടി.വി. അവതാരകർ മംഗ്ലീഷിൽ സംസാരിക്കുന്നു എന്നാണ് മുകുന്ദന് ചോദിക്കാനുള്ളത്. കാരശ്ശേരിയാകട്ടെ ഒരു പടികൂടി മുന്നോട്ടുകടന്ന് ഈ പ്രശ്നം ടി.വി. അവതാരകരുടെത് മാത്രമല്ലെന്നും ചൂണ്ടിക്കാട്ടുന്നുണ്ട്. ചോദ്യത്തിനുള്ള മറുപടിയായും സംഭവത്തോടുള്ള പ്രതികരണമായും കാര്യങ്ങളെപ്പറ്റിയുള്ള പ്രസ്താവനയായും ടി.വി. ക്യാമറയുടെ മുമ്പിൽനിന്ന് സംസാരിക്കുന്ന പലരും മലയാളവ്യാകരണഘടന ഉപയോഗിച്ച് ഇംഗ്ലീഷ് പറയുന്നവരാണ് (കാരശ്ശേരി, 2007:13). ഇവിടെ അദ്ദേഹം മലയാളവ്യാകരണം നിലനിർത്തികൊണ്ടുതന്നെ ഭാഷയിൽ വന്ന ഇംഗ്ലീഷ് പദാധിക്യത്തിലാണ് ഊന്നുന്നതെന്ന് കാണാം. അതിനാലാണ് ഈ അഭിപ്രായങ്ങൾ ശുദ്ധിവാദത്തിലാണ് ഊന്നുന്നതെന്ന് പറയുന്നത്.

ശുദ്ധം-അശുദ്ധം എന്ന ദ്വന്ദ്വകല്പനയിലൂടെ മലയാളഭാഷയുടെ ബഹുമുഖമായ ആവിഷ്കാരങ്ങളെ തള്ളിക്കളഞ്ഞ് സാമൂഹികമായ അധികാരവിവേചനത്തിൽത്തന്നെയാണ് ഈ ശുദ്ധവാദികൾ നിലയുറപ്പിക്കുന്നത്. 'ഉത്തരാധുനിക'ഗദ്യത്തെയും അവതാരകമലയാളത്തെയും മലയാളഭാഷയിൽ നൂതനമായി ആവിഷ്കരിക്കപ്പെട്ട വ്യത്യസ്ത സാന്ദർഭികഭാഷാഭേദങ്ങളായിട്ടാണ് കാണേണ്ടത്. മലയാളഭാഷയുടെ പദസമ്പത്ത് വർധിപ്പിക്കുന്നതോടൊപ്പം ചിന്താലോകത്തെ വിശാലമാക്കുവാനും 'ഉത്തരാധുനിക'ഗദ്യം സഹായിച്ചിട്ടുണ്ട്. 'മലയാളംകൂടാതെ മലയാളികൾക്ക് ജീവിക്കാമെന്നായിരിക്കുന്നുവെന്ന്'' കല്പറ്റ നാരായണൻ പറയുന്നത് ആലങ്കാരികാർഥത്തിലേ എടുക്കേണ്ടതുള്ളൂ. പഴമയുടെ 'പൂതിഗന്ധ'മാണ് വാമൊഴിയുടെ ചേതസ്സെന്ന് പറയുന്നതിൽ അത്ര കഴമ്പൊന്നും കാണാനാകുന്നില്ല. ഇത്തരം വിഷയങ്ങളോട് ഭാഷാശാസ്ത്രജ്ഞരുടെ നിലപാട് എന്തെന്ന് പരിശോധിക്കാം

ഭാഷാശാസ്ത്രജ്ഞരും മലയാളഭാഷയും

മലയാളഭാഷയുടെ പുരോഗതിയിൽ നിർണായകമായ സ്വാധീനം ചെലുത്തുന്നവരാണ് ഭാഷാശാസ്ത്രജ്ഞർ. ഭാഷയുടെ ഓരോ സ്പന്ദനത്തെയും സജീവമായി നിലനിർത്തുകയും ഭാഷാപഗ്രഥനത്തിന്റെ പുതുവഴികൾ കണ്ടെത്തുകയും ചെയ്യുന്ന അവർ. അതിനാൽ ഇക്കൂട്ടരിൽ ശുദ്ധവാദികൾക്ക് പ്രസക്തിയില്ല. ഭാഷ ചലനാത്മകമാണെന്നും സമൂഹബാഹ്യമായി അതിന് അസ്തിത്വമില്ലെന്നും ഇവർ വിശ്വസിക്കുന്നു. മലയാളഭാഷയുടെ സമകാലികാവസ്ഥയെക്കുറിച്ച് വ്യക്തമായ ധാരണകളുള്ളവരാണ് ഇവരിൽ ഭൂരിഭാഗവും. വി ആർ. പ്രബോധചന്ദ്രൻ രേഖപ്പെടുത്തുന്നത് ശ്രദ്ധിക്കുക: "പ്രപഞ്ചവിജ്ഞാനത്തിന്റെ ഏതു ശാഖയെയും ഉൾക്കൊള്ളാൻപോന്ന ആഴവും പരപ്പും മലയാളത്തിന് പടിപടിയായിട്ടാണെങ്കിലും ഉണ്ടായിക്കൊണ്ടിരിക്കുന്നത് നിഷേധിക്കുവാനാവില്ല" (1999: 33). ഇതിനെ സാധൂകരിക്കുകയാണ് എ. പി. ആൻഡ്രൂസ്കുട്ടി. "കഴിഞ്ഞ ഏതാനും ദശകങ്ങളിൽ മലയാളഭാഷ പല തലങ്ങളിലും ഗണനീയമായ രീതികളിൽ മുന്നേറിയിട്ടുണ്ട്. സാഹിത്യം, ബഹുജനമാധ്യമങ്ങൾ, വിദ്യാഭ്യാസം തുടങ്ങിയ മേഖലകളിൽ, മറ്റു ഭാരതീയഭാഷകളെ അപേക്ഷിച്ച്, മലയാളം ഏറെ ശ്രദ്ധേയമായ കാൽവെയ്പ്പുകൾ നടത്തിയിട്ടുണ്ട്" (ആൻഡ്രൂസ്കുട്ടി, 2004:100). കൂടാതെ ആഗോളവൽകരണത്തിന്റെ പശ്ചാത്തലത്തിൽ നവനവങ്ങളായ ചുമതലകൾ നിർവഹിക്കാൻ പര്യാപ്തമാകത്തക്ക രീതിയിൽ ഭാഷയെ പുനക്രമീകരിക്കുക തന്നെ വേണം. അത് ഏത് വിധത്തിൽ വേണമെന്ന് പറയുന്നില്ലെങ്കിലും ഭാഷയുടെ കാര്യത്തിൽ

അദ്ദേഹം ശുഭാപ്തിവിശ്വാസം പുലർത്തുന്നുണ്ട്. ആൻഡ്രൂസ്കുട്ടിയുടെ അതേ അഭിപ്രായം തന്നെയാണ് ടി.ബി.വേണുഗോപാലപ്പണിക്കർക്കുമുള്ളത്.

“ഒരു ഭാഷയുടെ സംവേദനശേഷി വർധിപ്പിക്കണമെങ്കിൽ അത്യാവശ്യം വേണ്ടത് വിവിധ മേഖലകളിൽ, പ്രയോഗരംഗങ്ങളിൽ, ഉപയോഗിക്കലാണ്. ഈ കഴിവ് നേടണമെങ്കിൽ ജനങ്ങൾക്ക് അതിന്റെ ആവശ്യം തോന്നണം” (2006 :10-11). മറ്റൊരു നിരീക്ഷണം ഇങ്ങനെയാണ്: “സമകാലിക മലയാളത്തെക്കുറിച്ചുള്ള എന്റെ അഭിമാനം വർധിക്കുന്നു. ഭാരതീയഭാഷകളിൽ ഏറ്റവും സമകാലികമാകാൻ തത്രപ്പെടുന്ന ഭാഷ മലയാളമാണ്” (സ്കറിയ സക്കറിയ, 2010:20). അടുത്തകാലത്തായി കേരളീയർക്ക് അത്തരം തോന്നലുകൾ ദൃഢമായിരിക്കുന്നുവെന്നതിന്റെ തെളിവാണ്, വിവിധ വിജ്ഞാനരംഗങ്ങളെ ആസ്പദമാക്കി മലയാളത്തിലിറങ്ങിക്കൊണ്ടിരിക്കുന്ന ആനുകാലികങ്ങൾ. സാഹിത്യകാരന്മാരിൽനിന്നു ഭിന്നമായ വീക്ഷണമാണ് മലയാളഭാഷാശാസ്ത്രജ്ഞർക്ക് ഈ കാര്യത്തിലുള്ളതെന്ന് ഈ അഭിപ്രായങ്ങൾ പരിശോധിച്ചാൽ മനസ്സിലാക്കാനാകും.

മലയാളഭാഷ വളരുകയാണെന്നും വ്യത്യസ്തമായ തലങ്ങളിലുള്ള പ്രയോഗം മലയാളഭാഷയുടെ മുന്നേറ്റത്തിന് സഹായിക്കുമെന്നുമാണ് ഇവർ അഭിപ്രായപ്പെടുന്നത്. ഭാഷയേയും ഭാഷാതന്ത്രങ്ങളേയും ശാസ്ത്രീയമായി അപഗ്രഥിക്കുന്നവരായതുകൊണ്ടാണ് മലയാളഭാഷയുടെ ബഹുമുഖമായ ആവിഷ്കാരങ്ങൾ ഭാഷയുടെ വളർച്ചയെ കാണിക്കുന്നുവെന്ന് ഭാഷാശാസ്ത്രജ്ഞർ പറയുന്നത്. സാഹിത്യകാരന്മാരാകട്ടെ അതിവൈകാരികമായാണ് ഭാഷയെ സമീപിക്കുന്നത്. അതുകൊണ്ടാണവർക്ക് ‘സാമൂഹികജീവിതം ചീത്തയാകുമ്പോൾ ഭാഷ ചീത്തയാകുന്നുവെന്നു’ പറയേണ്ടിവരുന്നത്. മാത്രമല്ല വരമൊഴിയെ അടിസ്ഥാനമാക്കി നിലകൊള്ളുന്ന നിർദേശാത്മകവ്യാകരണത്തിന്റെ ചട്ടങ്ങളിൽനിന്നുകൊണ്ടാണ് അവർ സംസാരിക്കുന്നത്. ഭാഷാഭിമാനത്തിൽ എഴുത്തുകാർ ഉറച്ചുനിൽക്കുമ്പോൾ ബഹുമുഖമായ ആവിഷ്കാരങ്ങളിലേക്ക് വളരുന്ന മലയാളഭാഷയുടെ സമകാലികാവസ്ഥയിൽ ആത്മനിർവൃതിയടയുകയാണ് ഭാഷാശാസ്ത്രജ്ഞർ.

മുന്നേറുന്ന മലയാളം

സാഹിത്യഭാവുകത്വത്തിൽനിന്ന് ഭിന്നമായ ഭാവുകത്വത്തെ വളർത്തിയെടുക്കുവാൻ ടെലിവിഷന് സാധിച്ചിട്ടുണ്ട്. ഇതിനെ ടെലിവിഷൻ ഭാവുകത്വമെന്ന് വിളിക്കാം. അതിന്റെ അവിഭാജ്യഘടകമാണ് അതിൽ ഉപയോഗിക്കുന്ന ഭാഷയും ശൈലിയും.

ടെലിവിഷൻമലയാളത്തെ മലയാളത്തിന്റെ നൂതനമായൊരു ശൈലീ ഭേദമായിട്ടാണ് കരുതേണ്ടത്. സാന്ദർഭികമായ പ്രയോഗമനുസരിച്ചുള്ള ഭാഷയുടെ വ്യതിരിക്തശൈലിയാണ് അവതാരകമലയാളം. റിയാലിറ്റി ഷോ, ഫോൺ-ഇൻ പ്രോഗ്രാം എന്നിങ്ങനെയുള്ള പരിപാടികളിലെ ഭാഷയെയാണ് അവതാരകമലയാളം എന്ന് ഇവിടെ വിശേഷിപ്പിക്കുന്നത്. ടെലിവിഷനിലെ മറ്റ് പരിപാടികളിൽനിന്ന് അവതാരകമലയാളം വ്യത്യസ്തമാണ്. ഭാഷ പ്രയോഗിക്കുന്നതിൽ അവതാരകർക്കുള്ള സ്വാതന്ത്ര്യമാണിതിന്റെ പ്രത്യേകത. ഈ നിയതസ്വാതന്ത്ര്യമുപയോഗിച്ച് അവർ ഭാഷാപരവും ദൃശ്യാത്മകവുമായ ഭാവുകത്വത്തെ ഉണ്ടാക്കിയെടുക്കുകയാണ്. അതുകൊണ്ട് പദതലം മുതൽ ഊണതലം വരെയുള്ള വ്യതിയാനം ഇവിടെ കാണാം. ടെലിവിഷൻ ഉണ്ടാക്കിയെടുത്ത ഭാവുകത്വത്തിനനുസൃതമായി സൃഷ്ടിച്ചെടുത്ത മലയാളവും ഇംഗ്ലീഷും ചേർന്ന ഈ ശൈലിയെ അവതാരകമലയാളം എന്നു വിളിക്കാം[1] അവതാരകമലയാളത്തിന് അടിസ്ഥാനപരമായും മൂന്ന് ഘടകങ്ങളുണ്ടെന്ന് കാണാം. (i) അവതരിപ്പിക്കപ്പെടുന്ന വിഷയം (ii)അവതരണം (iii) ദൃശ്യവിന്യാസം. വാർത്തയിൽനിന്നും വ്യത്യസ്തമായി കാണികളോട് നേരിട്ട് സംസാരിക്കുന്ന രീതിയിലാണ് അത് അവതരിപ്പിക്കപ്പെടുന്നത്. ദൃശ്യഭംഗിയ്ക്ക് അനുയോജ്യമായ അവതരണം. ഇതിന്റെ നിരന്തര പ്രയോഗം ഭാഷയിൽ മേധാവിത്വത്തെയും അതുവഴി അധികാരത്തെയും കൊണ്ടുവരുന്നുണ്ട്.

ഇംഗ്ലീഷ് ഭാഷാപദങ്ങൾ ഇടകലർത്തി പറയുന്നത് കൂടാതെ അവതാരകമലയാളത്തിന്റെ ഭാഷാപരമായ പ്രധാന പ്രത്യേകത അക്ഷരോച്ചാരകഭാഷയായ മലയാളത്തെ ബലകാലതാളത്തിൽ ഉച്ചരിക്കുക എന്നതാണ്. (ഉദാ- കനക എന്നതിലെ നകാരത്തിലൂന്നി അത് കന്നക എന്നാക്കിയായിരിക്കും ഉച്ചരിക്കുക). ഇംഗ്ലീഷിലെ പ്രത്യയങ്ങളെ മലയാളപദങ്ങളെ ഘടിപ്പിക്കുവാൻ ഉപയോഗിക്കുക എന്നതാണ് മറ്റൊന്ന്. ഉദാഹരണം: 'ശരത് സാർ and ഉണ്ണിയേട്ടൻ ഒന്നിച്ചുവന്നു'. ഇവിടെ മലയാളത്തിന്റെ അടിസ്ഥാനവ്യാകരണം മാറുന്നില്ല. പ്രത്യയമാണ് ഭാഷയെ നിർണയിക്കുന്ന ഘടകമെന്നതിനാൽ "അന്യഭാഷാധാതുക്കൾ പ്രത്യേകിച്ചും ഇംഗ്ലീഷിൽനിന്നുമുള്ളവ, പ്രയോഗിക്കുന്നതിൽ തെറ്റൊന്നുമില്ല. ഭാഷാഗ്രഹണം എന്ന പ്രക്രിയയിൽ പരമാവധി പ്രസക്തവും മൗലികവുമായ ഏകകമാണ് വാക്യം. അതിനാലാണ് വാക്യം മലയാളമാകണമെന്ന് പറയുന്നത്" (പ്രബോധചന്ദ്രൻ, 1999:32).

1 ഡോ. ടി.ശ്രീവത്സൻ, നിർമല, ഡോ. സ്കറിയ സക്കറിയ എന്നിവർ അവതാരകമലയാളത്തെക്കുറിച്ച് പഠിച്ചിട്ടുണ്ട്.

വിഭക്ത്യന്തസംസ്കൃതവും കേരളഭാഷയും ചേർന്നൊരു ഭാഷയിൽ അവതരിപ്പിക്കപ്പെട്ട മണിപ്രവാളസാഹിത്യത്തെ അംഗീകരിച്ച മലയാളി ഇംഗ്ലീഷ് കലർന്ന മലയാളത്തിൽ അവതരിപ്പിക്കുന്ന അവതാരകമലയാളശൈലി മലയാളത്തിലെ സാന്ദർഭികഭാഷാഭേദമായി അംഗീകരിച്ചുകഴിഞ്ഞുവെന്നർഥം. ആ വ്യവഹാരസന്ദർഭത്തിലല്ലാതെ അത്തരം ശൈലിക്ക് പ്രയോഗവുമില്ലെന്നും കാണാം. സംസ്കാരത്തിൽ പുതിയതായി കടന്നുവരുന്നവയെ അംഗീകരിക്കുവാനുള്ള വൈമനസ്യം മലയാളികൾ വളരെ പെട്ടെന്ന് മറികടക്കുമെന്നതിന് ഉദാഹരണംകൂടിയാണിത്.

ആദ്യകാലത്ത് ഏതാനും ചില പരിപാടികളിലാണ് ഇംഗ്ലീഷ് ഇടകലർത്തിയുള്ള മലയാളം ഉപയോഗിച്ചിരുന്നത്. അപ്പോൾ തന്നെ ബുദ്ധിജീവികൾ ശക്തമായി പ്രതികരിച്ചിരുന്നു. ഇടത്-വലത് പക്ഷഭേദംകൂടാതെ ഇപ്പോൾ എല്ലാ ചാനലുകളും ഈ ശൈലി സ്വീകരിച്ചുകഴിഞ്ഞിരിക്കുന്നു. ഈ ശൈലിയോടുള്ള ജനങ്ങളുടെ പൊരുത്തപ്പെടലാണ് ഇത് കാണിക്കുന്നത്. അടുത്തകാലത്തെ ഒരു റിയാലിറ്റി ഷോയിൽ നന്നായി മലയാളം സംസാരിക്കുന്ന അവതാരകയെ മാറ്റി മുമ്പ് ഇതേ രീതിയിലുള്ള പരിപാടിയിൽ മലയാള-ഇംഗ്ലീഷ് ശൈലി ഉപയോഗിച്ച അവതാരകയെ തിരികെ കൊണ്ടുവന്നതും ശ്രദ്ധേയമാണ്. ഒരു സാന്ദർഭികഭാഷാഭേദമായ അവതാരകമലയാളം മലയാളത്തിന്റെ വാക്യഘടനയെ നിലനിർത്തുവാൻ ശ്രദ്ധിക്കുന്നുണ്ട്. ബലകാലതാളത്തിലുള്ള ഉച്ചാരണം അവതാരകമലയാളത്തിന്റെ ശൈലീഭേദമായിവേണം കരുതാൻ. യഥാർഥത്തിൽ അവതാരകമലയാളത്തിന്റെ സൗന്ദര്യശാസ്ത്രമാണ് അന്വേഷിക്കേണ്ടത്.

പുതുതലങ്ങളും ഭാഷയും

സാഹിത്യ-കായിക-സിനിമ-രാഷ്ട്രീയ-മനശ്ശാസ്ത്രമണ്ഡലങ്ങൾ തുടങ്ങിയ ഏതാനും രംഗങ്ങളിൽ മാത്രം ഒതുങ്ങിനിന്നിരുന്ന ആനുകാലികങ്ങൾ ഇപ്പോൾ നവവൈജ്ഞാനികമണ്ഡലങ്ങളെ പ്രതിനിധീകരിക്കുന്നത് കാണാം. കമ്പ്യൂട്ടർ, സാമ്പത്തികം, ആർക്കിടെക്ച്ചർ, വൈദ്യശാസ്ത്രം, ഇന്റീരിയർ ഡെക്കറേഷൻ, ആട്ടോമൊബയിൽ എഞ്ചിനിയറിംഗ്, കേബിൾ ടി.വി, ടെലിവിഷൻ, ഓഹരിവിപണി, ബാങ്കിങ്ങ്, കാർഷികം, തുടങ്ങിയ ധാരാളം വിഷയങ്ങളെ ജനകീയമാക്കുന്ന ഭാഷയായി മലയാളം മാറിയിരിക്കുന്നു. ഇത് മലയാളഭാഷയെ സംബന്ധിച്ചിടത്തോളം ഒരു കുതിപ്പാണ്. ശാസ്ത്ര-സാങ്കേതിക വിഷയങ്ങൾ അവതരിപ്പിക്കുവാൻ മലയാളം വളർന്നിട്ടില്ല എന്ന വിലാപം തുടരുന്നവർ അത് പുന:പരിശോധിക്കേണ്ടതുണ്ട്.

വളരുന്ന മലയാളത്തിൽനിന്നു അടരുന്ന നിരവധി മനോഹരങ്ങളായ പദങ്ങൾ വിസ്മൃതിയിലായി എന്ന വേവലാതിയും വേണ്ട. കാരണം പഴയതും പുതിയതുമായി ആവശ്യമുള്ള ഭാഷാരൂപങ്ങൾ നിലനിർത്തികൊണ്ടുതന്നെയാണ് ഭാഷ മുന്നേറുന്നത്. ഒരു പദം അടർന്നുവീഴുന്നത് സാംസ്കാരികവ്യതിചലനത്തിന്റെ ഫലമായിട്ടാണ്. 'പഴഞ്ചൊല്ലുകൾ, കാവ്യങ്ങളിലെ ഉദ്ധരണികൾ എല്ലാം ഇടകലർന്നു വന്നിരുന്ന പാരമ്പര്യം ക്ഷയിച്ചു, ഭാഷയിൽ ആവിഷ്കാരസുഖം കുറഞ്ഞു' എന്നെല്ലാം പറയുന്നതിലും വലിയ പ്രസക്തിയില്ല. അത്തരം അഭാവത്തെ ഭാഷ മറ്റൊരു തരത്തിൽ പരിഹരിക്കുന്നുണ്ടെന്നാണ് ചരിത്രം കാണിക്കുന്നത്.

പ്രചാരംനേടിയ പദങ്ങൾ, അവ അന്യഭാഷാപദങ്ങൾ ആണെങ്കിൽപ്പോലും മാറ്റേണ്ടതില്ല. മാറ്റിയാലും വലിയ പ്രയോജനം ഇല്ലെന്നാണ് ഭാഷാശുദ്ധിയിലും തനിമയിലും വളരെ പ്രാധാന്യംകൊടുക്കുന്ന തമിഴരിൽനിന്നും മനസ്സിലാക്കാനാവുന്നത്. എല്ലാ പരിഷ്കാരവും വരമൊഴിയിൽ ഒതുങ്ങുന്നു. അവരുടെ ഭാഷാസ്വത്വസംരക്ഷണമെല്ലാം ചെമ്മൊഴിയിൽ ഒതുങ്ങുന്നു; വാമൊഴി കലർപ്പും പിളർപ്പുമായി മുന്നേറുകയാണ്. ('തമിഴ്നാട് എന്ന ഭാഷാസമരഭൂമി' എന്ന ലേഖനത്തിൽ ഇക്കാര്യം വിശദമാക്കുന്നുണ്ട്).

ഉപസംഹാരം

മലയാളത്തെ ആഗോളഭാഷയാക്കിത്തീർക്കാനുള്ള ശ്രമത്തിലാണ് പുതുതലമുറ. ഒരു ഭാഷയെ ലോകഭാഷയായി ഗണിക്കുന്നത് താഴെ പറയുന്ന മാനദണ്ഡങ്ങളുടെ അടിസ്ഥാനത്തിലാണ്: (i) വിദേശഭാഷാപഠനത്തിനും ടൂറിസത്തിനും ഉപകരിക്കുന്ന ഭാഷ: കാരണം വിദേശഭാഷാപഠനവും വിനോദസഞ്ചാരവും ഭാഷയെ ദേശീയവും സാംസ്കാരികവുമായ അതിർത്തികൾക്കപ്പുറത്തേക്ക് വ്യാപിപ്പിക്കുന്നു. (ii). ഇന്റർനെറ്റ് ഭാഷ: വിവരങ്ങൾ വളരെ പെട്ടെന്ന് ആർജിക്കുന്നതിനും തൽക്ഷണ ആശയവിനിമയത്തിനും ഉള്ള ആഗോളമാധ്യമമാണ് ഇന്റർനെറ്റ്. ഇന്റർനെറ്റിൽ ഉപയോഗിക്കുന്ന ഭാഷ പരിശോധിച്ചാൽ അന്തർദേശീയവിനിമയത്തിനുള്ള ഭാഷയുടെ മേധാവിത്വം മനസ്സിലാക്കാനാകും. (iii) അന്തർദേശീയ ശാസ്ത്രപ്രസിദ്ധീകരണങ്ങൾ:ആഗോള ബൗദ്ധികവ്യവഹാരത്തിന്റെ ഭാഷയാണ് അന്തർദേശീയശാസ്ത്രപ്രസിദ്ധീകരണങ്ങൾ ഉപയോഗിക്കുന്നത് (Steger,2003). ഈ പറഞ്ഞകാര്യങ്ങളിലെല്ലാം നവമലയാളികൾ പ്രവർത്തനം ആരംഭിച്ചിട്ടുണ്ടെന്നത് ശ്രദ്ധേയമാണ്.

കമ്പ്യൂട്ടർമാധ്യമഭാഷ എന്ന നിലയിൽ മലയാളം മുന്നേറുകയാണ്. യൂണികോഡ് വന്നതോടെ മലയാളം ഏതാണ്ട് കമ്പ്യൂട്ടർ ഭാഷയായി മാറി. ഇത് ഉപയോഗിച്ച് സമാന്തരമായ ഭാഷാവിഷ്കാരങ്ങൾ സൈബർലോകത്തു നടന്നുകൊണ്ടിരിക്കുകയാണ്. ആഗോളീകരണ സാഹചര്യത്തിൽ ലോകവ്യവഹാരങ്ങൾ ഉൾക്കൊള്ളാൻ ഭാഷ എത്ര സജ്ജമാണെന്നത് നവമലയാളിക്ക് ആത്മവിശ്വാസം പകരുന്നു.

ബഹുമുഖമായ വ്യവഹാരങ്ങളോടു താത്പര്യം കാണിക്കുന്ന താണ് മലയാളിയുടെ ഗുണം. അത് മലയാളഭാഷയെ വളർത്തുന്നു. ഒരു കാലത്ത് സാഹിത്യത്തിലും പത്രത്തിലും ശാസ്ത്രലേഖനങ്ങളിലും ഒതുങ്ങിനിന്നിരുന്ന ഭാഷ ഇന്ന് സൈബർ ലോകത്തിന്റെ ചലനാത്മകതയെ ഉൾക്കൊള്ളാൻ പര്യാപ്തമായിരിക്കുന്നു. വിവരസാങ്കേതികവിദ്യയും അതിന്റെ ഉപവ്യവസ്ഥകളും ചേർന്ന് പുതിയൊരു ആശയവിനിമയത്തിന്റെ ലോകം മലയാളികൾക്ക് മുമ്പിൽ തുറന്നിട്ടിരിക്കുകയാണ്. അവയ്ക്ക് ഇണങ്ങുന്ന തരത്തിൽ മലയാളത്തെ സജ്ജമാക്കാനും നവമലയാളികൾ തയ്യാറായിരിക്കുന്നു. ഇതിന്റെ ഓളങ്ങൾ സാഹിത്യത്തിലും കാണാം. എഴുത്തുകാരുടെ രചനാപ്രതലമെന്ന നിലയ്ക്കും ഭാഷയുടെ സൂക്ഷ്മതയെന്ന നിലയ്ക്കും എസ്.എം.എസ് കഥ, കവിത, ഫലിതം, തത്ത്വചിന്ത എന്നിവയെ കാണണം. സാമൂഹികപരിണാമങ്ങളാണ് ഭാഷയിൽ പുതിയ ആവിഷ്കാരങ്ങൾ ഉണ്ടാക്കുന്നത്. അതിനാൽ സാമൂഹികസന്ദർഭങ്ങൾക്ക് അനുസൃതമായി ഭാഷയിൽ സാന്ദർഭികഭാഷാഭേദങ്ങൾ ഉണ്ടാകുന്നു. അവ തമ്മിൽ അതിവ്യാപനവുമില്ല. മലയാളഭാഷ സംസാരിക്കുവാൻ മലയാളികൾ വിമുഖത കാട്ടുന്ന ചരിത്രസംഭവത്തിലേ മലയാളം മരിക്കുന്നുവെന്ന വാദത്തിന് പ്രസക്തിയുള്ളൂ. നിത്യേന വളർന്നുകൊണ്ടിരിക്കുന്ന മലയാളികൾ മലയാളത്തെ വളർത്തുകയാണ്. മലയാളത്തിന്റെ എല്ലാ നവപ്രത്യക്ഷീകരണങ്ങളും കാണിക്കുന്നത് അക്കാര്യമാണ്.

മലയാളം നാശോന്മുഖമായ ഭാഷകളിലൊന്നായിട്ടാണ് പാശ്ചാത്യർ കരുതുന്നത്. മൂന്നാം ലോകരാഷ്ട്രത്തിലെ ഭാഷകളെല്ലാം അവരുടെ കണ്ണിൽ മരിച്ചുകൊണ്ടിരിക്കുന്ന ഭാഷകളാണ്. അമേരിക്കയിലെ ടെക്സസ്സ് യൂണിവേഴ്സിറ്റി മലയാളമുൾപ്പെടയുള്ള ഇന്ത്യൻഭാഷകൾക്കായി 'എൻഡേജേഡ് ലാങ്ഗ്വേജ് ഡിപ്പാർട്ടുമെന്റ്'(വംശനാശഭാഷാവിഭാഗം)തന്നെ ഉണ്ടാക്കിയിട്ടുണ്ട്. ചില മലയാളി ബുദ്ധിജീവികൾക്ക് ഇതേ കാഴ്ചപ്പാടാണുള്ളത്. വംശനാശ ഭാഷാവകുപ്പ് പ്രാദേശികഭാഷകൾക്കുമേലുള്ള അമേരിക്കൻ സാംസ്കാരികാധിപത്യത്തിന്റെ പ്രത്യക്ഷ തെളിവാണ്. ഈ സാഹചര്യത്തിൽ പുതിയകാലത്തിന്റെ നൂതനങ്ങളായ വ്യവഹാരങ്ങളെ എതിരിടാൻ

വയ്യാതെ മലയാളം മരിക്കുന്നുവെന്ന് പറയുന്നവർ, സത്യത്തിൽ ആഗോളീകരണവാദികൾക്ക് പിന്നിൽ അണിനിരന്ന് മലയാളഭാഷയെ കൊല്ലാൻ മുന്നിൽ നിൽക്കുകയല്ലേ?

മലയാളഭാഷയെ 'കമ്പ്യൂട്ടർഫ്രണ്ട്ലി'യാക്കുന്ന പ്രക്രിയയിൽ ഏർപ്പെട്ടുകൊണ്ടിരിക്കുന്ന പുതതലമുറയ്ക്കുകൂടിയുള്ളതാണ് മലയാളമെന്ന കാര്യം മറക്കാതിരിക്കുക. ഇപ്രകാരം മലയാളഭാഷയിലെ നവീന ആവിഷ്കാരങ്ങൾ ശ്രദ്ധിക്കുമ്പോൾ, നിർദേശാത്മകവ്യാകരണമല്ല, മറിച്ച് നൂതനങ്ങളായ ഭാഷാപ്രയോഗങ്ങളെ ഉൾകൊള്ളുന്ന നിർമാണാത്മകവ്യാകരണ(Contraction Grammar)മാണ് മലയാളത്തിന് ആവശ്യമെന്ന് കാണാം.

ഗ്രന്ഥസൂചി

ആൻഡ്രൂസ് കുട്ടി. ഏ.പി. 2004. *ഭാഷാശാസ്ത്രം സിദ്ധാന്തവും പ്രയോഗവും* മലയാളത്തിൽ. തിരുവനന്തപുരം: കേരളഭാഷാ ഇൻസ്റ്റിറ്റ്യൂട്ട്.

കാരശ്ശേരി, എം.എൻ. 2007. 'ഭാഷ ചീത്തയാക്കുന്നതാരാണ്', *മാതൃഭൂമിബുക്ക് ജേർണൽ.* ലക്കം -1.

കല്പറ്റ നാരായണൻ. 2007. 'കവിതയുടെ ജലവിതരണം താഴുമ്പോൾ', മാതൃഭൂമിബുക്ക് ജേർണൽ. ലക്കം -1.

പ്രബോധചന്ദ്രൻ, വി.ആർ.1999. *മലയാളം മലയാളിയോളം* .തിരുവനന്തപുരം: കേരളഭാഷാ ഇൻസ്റ്റിറ്റ്യൂട്ട്.

മുകുന്ദൻ, എം. 2007. 'പടിയിറങ്ങിപ്പോകുന്ന മലയാളം', *മാതൃഭൂമി ബുക്ക് ജേർണൽ.* ലക്കം -1.

വേണുഗോപാലപ്പണിക്കർ,ടി.ബി.2006. *ഭാഷാലോകം* .കോട്ടയം: ഡി.സി. ബുക്ക്.

സച്ചിദാനന്ദൻ.2007. 'ഭാഷയുടെ ശുദ്ധിയും ശേഷിയും', *മാതൃഭൂമിബുക്ക് ജേർണൽ.* ലക്കം -1.

സ്കറിയ സക്കറിയ. 2010. 'മലയാളപഠനത്തിന്റെ വേരുകൾ, വഴികൾ,' *ഭാഷ നവീനപഠനവഴികൾ* (എഡി)വി.പി.മാർക്കോസ്. ആലുവ: യൂ.സി.കോളേജ്.

Crystal, David. 2000. *Language Death.* Cambridge: Cambridge University Press.

Linda Thomas & others. 2003/1991. *Language, Society and Power.* London: Routledge.

Steger, Manfred B.2003. *Globalization.* Oxford: Oxford University Press.

UNESCO Atlas of the world's Languages in Danger of Disappearing -1996-2001

●

പുതു പെണ്ണെഴുത്ത് –വികാരവും ഭാഷയും

ഹിജഡ, ട്രാൻസ്ജെൻഡർ, മൂന്നാംലിംഗം, അരവാണി എന്നിങ്ങനെ വിവിധ പേരുകളിലറിയപ്പെടുന്നവരുടെ എഴുത്തിനെ പുതുപെണ്ണെഴുത്ത് എന്ന് വിശേഷിപ്പിക്കാം. കാരണം പെൺമയാണ് തന്മ എന്ന് ഇവർ ഉറച്ചുവിശ്വസിക്കുന്നു. നിലവിലുള്ള സാമൂഹിക അവസ്ഥകളിൽ 'ഹിജഡകൾ' അനുഭവിക്കുന്ന ദുരിതങ്ങളുടെ ആഖ്യാനങ്ങളാണ് പുതുപെണ്ണെഴുത്തുകളെല്ലാംതന്നെ. പെണ്ണായി മാന്യമായി ജീവിക്കുക എന്ന ഉദ്ദേശ്യത്തോടെ, മനസ്സിന്റേയും ശരീരത്തിന്റേയും ആവശ്യങ്ങൾ മൂടിവെയ്ക്കാതെ ജീവിക്കുക എന്ന ഉദ്ദേശ്യത്തോടെ 'ഹിജഡാസമൂഹ'ത്തിലേക്ക് പരിവർത്തനം ചെയ്യപ്പെട്ടവരാണ് അവരിൽ പലരും. രേവതിയുടെ ആത്മകഥയിൽനിന്നൊരു ഭാഗം നോക്കുക: “ആളുകൾ, സ്ത്രീകൾപോലും ഞങ്ങളെ തുറിച്ചുനോക്കുകയും കളിയാക്കി ചിരിക്കുകയും ആവശ്യമില്ലാത്ത ചോദ്യങ്ങൾ ചോദിച്ചു വിഷമിപ്പിക്കുകയും ചെയ്തു. ഒരു ഹിജഡയുടെ ദൈനംദിനജീവിതം എത്ര ദുരിതപൂർണമാണെന്ന് ഞാൻ മനസ്സിലാക്കി. സ്ത്രീകളോ പുരുഷന്മാരോ ആയ മനുഷ്യർ അവരുടെ കുടുംബത്തിനൊപ്പം പുറത്തുപോകുമ്പോൾ ആളുകൾ ഇങ്ങനെ പീഡിപ്പിക്കാറുണ്ടോ? ഒരു വികലാംഗനോ അന്ധനോ ആണെങ്കിലോ? ആളുകൾ അവരോട് സഹതാപം കാണിക്കുകയും സഹായിക്കുകയും ചെയ്തേക്കും. ശാരീരികമായ മുറിവുകൾ എന്തെങ്കിലും ഏറ്റിട്ടുള്ളവരാണെങ്കിൽ അവർക്ക് കുടുംബത്തിനുള്ളിൽനിന്നും കുടുംബത്തിനുപുറത്ത് ഇതിനെക്കുറിച്ച് അറിയുന്നവരിൽനിന്നുമെല്ലാം ശുശ്രൂഷ ലഭിക്കും. പക്ഷേ ഞങ്ങളെ ആരും മനുഷ്യരായി കണക്കാക്കുന്നില്ല” (രേവതി, 2010).

ശരീരം ജീവശാസ്ത്രപരംമാത്രമല്ല സാമൂഹികനിർമിതിയുംകൂടിയാണ്. ഹിജഡകൾ എന്ന് വിളിക്കപ്പെടുന്ന വിഭാഗം ഇതിന് പ്രത്യക്ഷോദാഹരണമാണ്. സ്ത്രീ-പുരുഷശരീരങ്ങളെ ജീവശാസ്ത്രപരമായ സമന്വയമുള്ളവരെയും പുരുഷശരീരങ്ങളും സ്ത്രീമനസ്സും ചേഷ്ടകളും ഉള്ളവരെയുമാണ് സമൂഹം പൊതുവെ ഹിജഡകൾ എന്നു വിശേഷിപ്പിക്കുന്നത്. “ഹിജഡ എന്ന വാക്ക് അറബികിലെ ഹിജറ (വിശുദ്ധം) എന്ന പദത്തിൽനിന്നുണ്ടായതാണ്. അലഞ്ഞുതരിഞ്ഞുനടക്കുന്നവൻ എന്നർഥമുള്ള ഇസ്റയിൽനിന്നാണ് അറബികിലേക്ക് ഈ പദം വന്നതത്രേ. സംസ്കൃതത്തിൽ ഇവർ പിംഗള എന്ന് അറിയപ്പെടുന്നു. കന്നഡയിലും തെലുങ്കിലും ഘോജ എന്നറിയപ്പെടുന്നു. തെലുങ്കിൽ ഇവരെ ജാഘോ എന്നു വിളിക്കാറുണ്ടത്രേ. മലയാളത്തിൽ പൊതുവെ ട്രാൻസ്ജെൻഡർ എന്നോ ഹിജഡ(അർദ്ധനാരി) എന്നോ ആണ് ഔപചാരികമായി വിശേഷിപ്പിക്കപ്പെടുന്നത്. ഒമ്പത്, ഗാണ്ടു, ചക്ക, കട്ടവണ്ടി, ഗുദ് എന്നൊക്കെ അപഹാസനാമങ്ങളാലും വിശേഷിപ്പിക്കപ്പെടുന്നുണ്ട്. ഇവയെല്ലാം ലൈംഗികച്ചുവയുള്ള പരിഹാസനാമങ്ങളാണ്. ഇന്ത്യയിലെ ഹിജഡകൾ മുഖ്യമായും കൂട്ടംകൂടിയാണ് താമസിക്കുന്നത്. അവരെ പ്രധാനമായും ഏഴു ഗ്രഹങ്ങളായി (ഘരാന) തരംതിരിച്ചിരിക്കുന്നു. ഇവർ മുഖ്യമായും ഹൈദരബാദ്, പൂനെ, ബോംബെ, ഡൽഹി, ബാംഗ്ലൂർ, കൽക്കത്ത എന്നിവിടങ്ങളിലാണ് താമസിക്കുന്നത്. ദക്ഷിണേന്ത്യയിലെ ഹിജഡകളെല്ലാം പ്രധാനമായും ഹൈദരാബാദ് വിഭാഗത്തിൽപ്പെടുന്നു. ഓരോ ഘരാനയും വ്യത്യസ്തമായ ആചാരനുഷ്ഠാനങ്ങളാണ് പിന്തുടരുന്നത്.” (വിജയൻ, 2012:13)

ഇവരുടെ ആവാസവ്യവസ്ഥയിൽ മുഴുവൻ സ്ത്രീകളാണെന്ന് കരുതുന്നവരാണെങ്കിലും പുരുഷമേധാവിത്വസമൂഹത്തിന്റെ ഘടന തന്നെയാണ് ഇവർ സ്വീകരിച്ചിരിക്കുന്നത്. പിതൃദായക്രമത്തിൽ അനുഭവിക്കേണ്ടിവരുന്ന പലതും ഇവിടെ നമുക്ക് കാണാൻ കഴിയും. സ്ത്രീയാകുന്നതിനുവേണ്ടി ശാരീരികവും മാനസികവുമായ എല്ലാ തയ്യാറെടുപ്പുകളും എടുത്തു ലിംഗശസ്ത്രക്രിയയ്ക്ക് വിധേയരായിട്ടും മാന്യമായ ‘പകരജീവിതം’ കെട്ടിപ്പടുക്കാൻ അവർക്ക് കഴിയാതെപോകുന്നതിനു പ്രധാന കാരണം മുഖ്യധാരാസമൂഹത്തിന് അവരോടുള്ള പ്രതിലോമാത്മകമനോഭാവംമാത്രമല്ല; ഹിജഡകളുടെ ആവാസരീതികൂടിയാണെന്ന് കാണാം. തികച്ചും പുരുഷമേധാവിത്വപരമായ സാമൂഹികഘടനയേയും സ്വഭാവത്തേയും അനുകരിക്കുകയാണ് ഇവർ ചെയ്യുന്നത്. അത് ഇവർക്കിടയിലുള്ള ശാന്തിയും സമാധാനവും അന്തസ്സും നശിപ്പിക്കുന്നു. ലൈംഗികന്യൂനപക്ഷങ്ങൾക്കായി പ്രവർത്തിക്കുന്ന

'സംഗമ'യുടെ പ്രധാന ഓഫീസറുമായുള്ള രേവതിയുടെ വിവാഹം തകർന്നതുതന്നെ ഇതിന് ഉദാഹരണമാണ്. രേവതിയുടെ ആത്മകഥയിൽ അയാളുടെ പേർ പറയുന്നില്ലെങ്കിലും ജെറീനയുടെ ആത്മകഥയിൽനിന്ന് ആ ആൾ മനോഹറാണെന്ന് മനസ്സിലാക്കാനാകും. മുഖ്യധാരാസംസ്കാരത്തിന്റെ കുടുംബഘടനയാണ് ഇവരും ആദർശാത്മകമായി കാണുന്നത്. അതുകൊണ്ടുതന്നെ ഗാർഹികപീഡനങ്ങളും ലൈംഗികാതിക്രമങ്ങളും ഇവരുടെ ഇടയിൽ ഒട്ടും കുറവല്ലാതെ വരുന്നു.

പുതുമങ്കമാരുടെ ഭാഷ

'ഹിജഡകളുടെ' തൊഴിലിനും സാമൂഹികാവശ്യങ്ങൾക്കും ഒരു സമൂഹമെന്ന നിലയിൽ ആവിഷ്കാരം നടത്തുന്നതിനുമായി അവർക്കിടയിൽ പ്രചാരത്തിലുള്ള ഭാഷാഭേദത്തെയാണ് ഇവിടെ 'ഹിജഡകളുടെ' ഭാഷ എന്നതുകൊണ്ട് അർഥമാക്കുന്നത്.

അപരപരാമർശത്തിന് ഉപയോഗിക്കുന്ന പ്രഥമപുരുഷന്റെ പ്രയോഗം ഹിജഡകളുടെ കാര്യത്തിൽ അല്പം സങ്കീർണമാണ്. അവൾ, അവൻ, അയാൾ-അവർ, അദ്ദേഹം എന്നിങ്ങനെയുള്ളവയിൽ ഏത് തെരഞ്ഞെടുക്കണമെന്നതാണ് പ്രശ്നം. എന്നാൽ ഹിജഡകൾക്ക് 'അവൾ' എന്ന വിളിയാണ് ഇഷ്ടം. കാരണം അവർ അവരുടെ കാഴ്ചപ്പാടിൽ പുതുമങ്കമാരാണ്.

സാമൂഹിക അംഗീകാരം നേടിക്കൊണ്ടിരിക്കുന്ന ഇവരെ തുടർന്ന് പുതുമങ്ക എന്ന് വിശേഷിപ്പിക്കുന്നു. ഇവർ പൊതുവെ ദ്വിഭാഷികളോ ബഹുഭാഷികളോ ആയിരിക്കും. നേരത്തെ സൂചിപ്പിച്ച ഘരാനകൾ നിൽക്കുന്ന പ്രദേശങ്ങൾക്ക് അനുസരിച്ച് അവിടുത്തെ ഭാഷയും പഠിച്ചെടുക്കും. ഘരാനകൾ തെരഞ്ഞെടുക്കാനും മാറാനുമുള്ള സ്വാതന്ത്ര്യമുള്ളതുകൊണ്ടാണ് ഇവരിൽ മുഖ്യവിഭാഗവും ബഹുഭാഷികളാകുന്നത്. ഈ ബഹുഭാഷിത്വം അവരുടെ ഭാഷാഭേദത്തിലും ദൃശ്യമാണ്. അതിനാൽ പല ഇന്ത്യൻ ഭാഷകളിൽനിന്നും കടമെടുത്ത പദാവലികളാണ് ഈ സാന്ദർഭികഭാഷാഭേദത്തിൽ കാണുന്നത്. ഇവയുടെ പലതിന്റെയും ധാത്വർഥം അന്വേഷിക്കുന്നത് മറ്റൊരു വിഷയമായതിനാൽ ഇവിടെ അതിനു മുതിരുന്നില്ല; ധാത്വർഥനിർണയം സാമൂഹികമാനങ്ങളെ വെളിപ്പെടുത്തുന്നതാണെങ്കിലും.

പദാവലിയും അർഥവും

കോത്തി- ഹിജഡ വിഭാഗം. സ്വവർഗഭോഗത്തിൽ ഏർപ്പെടുമ്പോൾ പാരമ്പര്യധാരണയിലുള്ള സ്ത്രീപക്ഷവിധേയത്വസ്വഭാവത്തെ കാണിക്കുന്നവരും ഒരേസമയം പുരുഷന്റെയും സ്ത്രീയുടെയും സ്വഭാവം

കാണിക്കുന്നവരുമാണ്. വിവാഹിതരാകേണ്ടിവരുന്ന കോത്തികൾ പാരമ്പര്യപുരുഷപങ്കാളിത്തം ലൈംഗികവേഴ്ചയിൽ കാണിക്കുന്നു. ജമായത്ത്- ഹിജഡകളുടെ പഞ്ചായത്ത്. ഘരാന - ഹിജഡകളുടെ തറവാട്. നായിക്- ഘരാനയിലെ നേതാവ്, ഗുരു- ഘരാനയിലെ തറവാട്ടമ്മ, ചേല- മകൾ (ശിഷ്യ), നാട്ടിച്ചേല- (മകളുടെ മകൾ, (ശിഷ്യയുടെ ശിഷ്യ), ചാന്ദിചേല - കൊച്ചുമകളുടെ മകൾ, ഹൽദി മെഹന്ദി- ഹിജഡ കമ്മ്യൂണിൽ എത്തി ഒരു വർഷം തികഞ്ഞതിനു ശേഷം ഇടുന്ന മൈലാഞ്ചിയിടൽ. നാൽപത് ദിവസത്തെ ചടങ്ങ്, ബതായ്- സംഭാവന, നിർവാണം- ലിംഗം മുറിച്ചുമാറ്റൽ. ആക് വ- ലിംഗശസ്ത്രക്രിയ കാത്തുനിൽക്കുന്ന കോത്തി, ജാൻകി(ജനനി)- ഷണ്ഡീകരണം നടന്ന കോത്തി ഹിജഡ. ജമായത്ത്- ഹിജഡകളുടെ പഞ്ചായത്ത് (ഹിജഡകളുടെ നിയമാവലികൾക്ക് അനുസൃതമായി തീരുമാനം എടുക്കുന്ന സ്ഥലം), നായിക്- ഘരാനയിലെ തറവാട്ടമ്മ, ഗുരു- ഗുരു/അമ്മ, ഹമാം- ഹിജഡകളുടെ വാസസ്ഥലം. ഘർ വാലി- വേശ്യാലയം നടത്തുന്നവർ, ദായമ്മ (തെയ്യമ്മ), ലിംഗശസ്ത്രക്രിയ നടത്തികൊടുക്കുന്നവർ(ഡോക്ടർമാരല്ല), നാനി- മുത്തശ്ശി, പൊട്ടായി - സമൂഹം ഹിജഡകളെ വിളിക്കുന്നത്. ഡോലി ബദായി- ഹിജഡകൾ ഡോലക് കൊട്ടി നൃത്തം ചെയ്യുന്നത്. ഖോരിമൂരധാൻ - ആദ്യമായി ചേലയാകുന്ന ആൾ, ബാദൂദാദി- മുതുമുത്തശ്ശിയുടെ ഗുരു, ദാദാഗുരു- മുത്തശ്ശിയുടെ ഗുരു(മുതുമുത്തശ്ശി), കാലഗുരു- ഗുരുവിന്റെ സഹോദരി, ഗുരുബായി- സഹോദരി, ബഡാ ഗുരുബായി- മൂത്ത സഹോദരി, ഛോട്ടാ ഗുരുബായി - ഇളയ സഹോദരി. സാദക് നാട്ടി- കൊച്ചുമകളുടെ മകളുടെ മകൾ. പാന്തി- പാതി ഭർത്താവ്, പാമ്പുടതി- ആശിസ് (ജിയോ ബേട്ടി - അതിനുള്ള മറുപടി), നായിക് - നേതാവ്. ഡണ്ട- ഹിജഡകളുടെ ലൈംഗികവൃത്തി. പാതിരാജമാത- ഹിജഡകളുടെ ദൈവം(കോഴിയുടെ പുറത്തിരിക്കുന്ന ദേവത/സന്തോഷി മാത).

രക്തബന്ധത്തിന്റെ അടിസ്ഥാനത്തിൽ രൂപപ്പെടുന്നതല്ല ഇവർക്കിടയിലുള്ള ചാർച്ചപ്പേരുകൾ. (അത്തരത്തിൽ രൂപപ്പെടുന്ന സമൂഹമല്ലല്ലോ ഇവരുടേത്). അതിനാൽ ഇവയെ വീൺചാർച്ചപ്പേരുകൾ എന്നു വിളിക്കാം. രക്തബന്ധമില്ലാത്തവർ തമ്മിൽ സംബോധനയ്ക്കായി ഉപയോഗിക്കുന്ന ചാർച്ചപ്പേരുകളെയാണ് വീൺചാർച്ചപ്പേരുകൾ എന്നു വിശേഷിപ്പിക്കുന്നത്. ഇവരുടെ ഇടയിൽ ജാതിമത വിശ്വാസങ്ങൾക്ക് പ്രാധാന്യമില്ലെങ്കിലും ഹിന്ദു-മുസ്ലീംപേരുകളും ആചാരങ്ങളുമാണ് കാണുന്നത്. ചിലർ ക്രിസ്ത്യൻപേരുകളും സ്വീകരിക്കുന്നു. അധികാരശ്രേണിയും കാണാം; സംബോധനകളിലും ആചാരങ്ങളിലും.

മലയാളത്തിലെ ലിംഗവ്യവസ്ഥയെക്കുറിച്ച് വൈയാകരണന്മാർ വളരെ മുമ്പേ ആലോചിച്ചിട്ടുണ്ട്. ലിംഗവ്യവസ്ഥ അർഥാധിഷ്ഠിതമാണെന്ന് കാര്യത്തിൽ സംശയമില്ല.

നാമത്തെ തനിനാമമെന്നും സർവനാമമെന്നും രണ്ടു വിഭാഗങ്ങളായി തരംതിരിച്ച് ലിംഗപ്രത്യയങ്ങൾ കല്പിക്കുന്ന രീതിയാണ് മലയാളത്തിലുള്ളത്. ആൺ/പെൺ/രണ്ടിലും പെടാത്തത് എന്നർഥത്തിൽ നപംസകം, എന്നാണ് രീതി. അതുകൊണ്ടാണ് ഹിജഡയെ വളരെ പെട്ടെന്ന് മലയാളത്തിൽ നപുസകലിംഗത്തിൽ ഉൾപെടുത്തുന്നത്. നപുംസകലിംഗത്തിൽ ഉൾപ്പെടുത്തിയാൽ നാമഗണത്തിൽ പ്രശ്നങ്ങളൊന്നുമില്ലെങ്കിലും ഏകവചനസർവനാമത്തിൽ പ്രശ്നമാകുന്നു. ഇവരെ എങ്ങനെ വിശേഷിപ്പിക്കും? മലയാളത്തിൽ ആണിനെ കുറിക്കാൻ അവൻ എന്നോ അദ്ദേഹമെന്നോ പുള്ളിക്കാരനെന്നോ അയാൾ എന്നോ ഉപയോഗിക്കാം. പെണ്ണിനെക്കുറിക്കാൻ അവൾ, അവർ, പുള്ളിക്കാരി എന്നിങ്ങനെ പലതുമുണ്ട്. എന്നാൽ ട്രാൻസ്ജെൻഡറെ കുറിക്കാൻ ഒന്നുംതന്നെയില്ല. അവർ നപുസകങ്ങളോ ക്ളിബങ്ങളോ അല്ലാത്തതിനാൽ 'അത്' എന്ന് വിശേഷിപ്പിക്കാൻ പറ്റില്ല. എന്നാൽ ബഹുത്വത്തെക്കുറിക്കുമ്പോൾ അവർ എന്നായാൽ പ്രശ്നമില്ല. ഇവിടെ ഒരു ചോദ്യം പ്രസക്തമാണ്. സ്ത്രീയായി സ്വയം പരിഗണിക്കുന്നവർക്ക് സ്ത്രീലിംഗപ്രത്യയങ്ങൾ ഉപയോഗിക്കാമെങ്കിലും തങ്ങൾ ആണിനും പെണ്ണിനും ഉപരിയായി നിൽക്കുന്ന സ്വതന്ത്രമായ സ്വത്വമുള്ള മറ്റൊരു കൂട്ടമാണെന്ന് കരുതുന്നവർക്കുള്ള ഭാഷ ഇപ്പോഴും തയ്യാറായിട്ടില്ല. ഇവർക്ക് കേരളത്തിനെ അപേക്ഷിച്ച് കൂടുതൽ ഇടമുള്ള തമിഴ്നാട്ടിൽനിന്ന് ഒരു ഉദാഹരണം പറയാം. ഒരു 'അരവാണി' ബസ്സിൽ കയറിയൊരു സ്ത്രീയുടെ അടുത്ത് ഇരുന്നു. ആ സ്ത്രീ ബഹളംവെച്ച് 'അരവാണി'-യെ ഇറക്കിവിടാൻ പറഞ്ഞു. കണ്ടക്ടർ ഇറക്കിവിട്ടു. അരവാണി നേരേപോയി പോലീസിൽ പരാതി നൽകി. അവിടെയും രക്ഷയില്ല. മനസ്സിലാക്കേണ്ട കാര്യം ഇവരെ പൂർണമായി അംഗീകരിക്കാൻ സമൂഹം തയ്യാറല്ലെന്നാകുന്നു. പോലീസ് വിഭാഗത്തിൽവരെ എത്തപ്പെട്ട പുതുമങ്കമാരുള്ള തമിഴ്നാട്ടിലാണ് സംഭവമെന്ന് ഓർക്കേണ്ടതുണ്ട്.

ഇവരുടെ പേരുകൾ മുഴുവനും സ്ത്രീനാമങ്ങളാണ്. ഇതേക്കുറിച്ച് പറയുമ്പോൾ തമിഴരുടെ പേരുകൾ നാം ശ്രദ്ധിക്കേണ്ടതുണ്ട്. മലയാളികളെ സംബന്ധിച്ചിടത്തോളം സ്ത്രീനാമങ്ങൾമാത്രമായ ചില നാമങ്ങൾ തമിഴിൽ സ്ത്രീയേയും പുരുഷനേയും കുറിക്കാൻ ഒരുപോലെ ഉപയോഗിക്കുന്നുണ്ട്. രമണി, രാജാമണി, എന്നിങ്ങനെ. മലയാളികളിൽ ഇതുവളരെ കുറഞ്ഞതോതിൽ കാണുന്നുണ്ട്; പ്രഭ,

രാജംപോലുള്ള നാമങ്ങൾ ഉദാഹരണങ്ങൾ. ദേശാതിർത്തികൾ ഇല്ലാതായിപ്പോകുന്നതുപോലെ ലിംഗാതിർത്തികൾ ഇല്ലാതാകുമോ? ലിംഗാതിർത്തികൾ മാറുന്നതിന് അനുസരിച്ച് ഭാഷാമാറ്റം സംഭവിക്കുമോ എന്ന ചോദ്യം ഈ അവസരത്തിൽ ചോദിക്കാവുന്നതാണ്.

പദങ്ങൾ, വാക്യങ്ങൾ, ശൈലികൾ എന്നിവ തെരഞ്ഞെടുക്കുന്ന കാര്യത്തിലും ഈണത്തിലും സ്ത്രീയും പുരുഷനും തമ്മിൽ വ്യത്യാസമുണ്ടെന്ന് റോബിൻ ലക്കോഫ്(1975) പറയുന്നു. ഇക്കാര്യത്തിൽ പലതും ഹിജഡകളുടെ ഭാഷയിലും പ്രസക്തമാകുന്നു. സ്ത്രൈണതയെ അതിവൈകാരികതയോടെ ആവിഷ്കരിക്കുന്ന ഈണമാണ് സാധാരണ സ്ത്രീസംഭാഷണത്തെ വ്യത്യസ്തമാക്കുന്ന പ്രധാന ഘടകം. ഉദാ: റൊമ്പ റൊമ്പ അഴക് എന്ന മട്ടിലുള്ള അതിശായനനാമവിശേഷണങ്ങളുടെ അമിതോപയോഗമാണ് മറ്റൊരു കാര്യം. ലൈംഗികചുവയുള്ള വാക്കുകൾ, ശാപവാക്കുകൾ എന്നിവ ചൊരിയുന്നതിനും ആത്മവിശ്വാസം തുടിക്കുന്ന രീതിയിൽ പല വിശേഷണങ്ങളും ഉപയോഗിക്കുന്നതിലും ഇവർ മുമ്പിലാണ്. അസുഖകരമായ കാര്യങ്ങൾ പച്ചയായി പറയാൻ പൊതുവെ സ്ത്രീകൾ മടിക്കുമ്പോൾ അതു പൊതുയിടങ്ങളിൽപോലും പരസ്യമായി പറയാൻ പലരും പുതുമങ്കമാരും മടിക്കുന്നില്ല.

സ്ത്രീശബ്ദവും പുരുഷശബ്ദവും

'നമ്മുടെ സമൂഹത്തിൽ ഒരു സ്ത്രീ എങ്ങനെയാണോ പെരുമാറേണ്ടത് അതുപോലെ ഞാൻ പെരുമാറി' (രേവതി,2010: 222.) എന്നിട്ടും (ഇവർക്ക് സ്വതേയുള്ള) പുരുഷശബ്ദം സ്ത്രീ എന്ന സമ്പൂർണാർഥത്തിന് വിലങ്ങുതടിയാകുന്നു. കൃകത്തിന്റെ വലുപ്പ-ചെറുപ്പമാണ് ആൺ-പെൺ ശബ്ദവ്യത്യാസത്തിന് കാരണം. ശ്വാസനാളത്തിന്റെ മുകളറ്റത്ത് തരുണാസ്ഥിനിർമിതമായ പേടകമാണ് കൃകം. കമ്പനസാധ്യതയുള്ള രണ്ട് ചർമങ്ങൾ തിരശ്ചീനതലത്തിൽ കൃകത്തിൽ സ്ഥിതിചെയ്യുന്നു. ഇവയെ സ്വനപാളികൾ എന്നു വിളിക്കാം. ശബ്ദത്തിന്റെ ആവൃത്തി നിശ്ചയിക്കുന്നത് ഇവയുടെ കമ്പനവ്യത്യാസമാകുന്നു. മിക്ക സ്ത്രീകളുടെയും കൃകത്തിന്റെ വലുപ്പം പുരുഷൻമാരുടേതിനെക്കാൾ കുറഞ്ഞിരിക്കും. സ്ത്രീയുടെ ശബ്ദമുള്ള പുരുഷൻ സമൂഹത്തിൽ അപഹാസ്യനാകുന്നു. എന്നാൽ ആത്മകഥകളിൽ തങ്ങളുടെ പുരുഷശബ്ദം ശാപമാകുന്നത് ഇവർ വിവരിക്കുന്നുണ്ട്. ലിംഗമാറ്റം കഴിഞ്ഞിട്ടും ഹോർമോൺ കുത്തിവെച്ച് സ്ത്രീശരീരഘടന വരിച്ചിട്ടും ശബ്ദം പുരുഷന്റേതാകുന്നത് സമ്പൂർണമായ സ്ത്രീ എന്ന ആശയത്തിലേക്ക് എത്തിച്ചേരുന്നതിൽനിന്ന് ഇവരെ വിലക്കുന്നു. സ്ത്രീയുടെ ഭാഷയിലേക്ക് കടക്കുക എന്നാൽ അവരുടെ ഈണം

മാത്രം ആർജ്ജിക്കുക എന്നതല്ല; അർഥം, വാക്യഘടന, താനം എന്നിവയെല്ലാം പഠിച്ചെടുക്കണം. പുതുമങ്കമാർ സ്ത്രീകളുടെ സംസാരത്തിന്റെ വാർപ്പുമാതൃകകളാകാനാണ് ശ്രമിക്കുന്നത്.

ലിംഗഭാഷാഭേദം

ലിംഗവിവേചനമൊരു സാമൂഹികയാഥാർഥ്യമാണെന്ന് ഭാഷ പരിശോധിച്ചാൽ മനസ്സിലാക്കാനാകും. ലിംഗവ്യത്യാസത്തിനനുസരിച്ച് രൂപപ്പെട്ട ഭാഷാഭേദമാണ് ഇവരുടെ ഭാഷ. ഇവർ തമ്മിൽ സംസാരിക്കുമ്പോൾ ഉപയോഗിക്കുന്ന ഭാഷയിലും മറ്റുള്ളവരോട് സംസാരിക്കുമ്പോൾ ഉപയോഗിക്കുന്ന ഭാഷയിലും വ്യത്യാസങ്ങൾ കാണുന്നുണ്ട്. സാമൂഹികനിയന്ത്രണമാണ് ഇതിന് കാരണം. ഭാഷയുടെ എല്ലാ തലങ്ങളിലും ലിംഗവിവേചനസ്വഭാവം തെളിഞ്ഞുകാണുന്നുണ്ട്. പുതുമങ്കമാരെ മൂന്നാംതരമായി കാണാനാഗ്രഹിക്കുന്നവർ ഇവരെ മൂന്നാംലിംഗം അഥവാ തേർഡ് ജെൻഡർ എന്നു വിശേഷിപ്പിക്കുന്നു. അസ്തിത്വത്തെ ചോദ്യംചെയ്യുന്ന ഭാഷയാണ് പുതുമങ്കമാർക്കായി സമൂഹം കരുതിവെച്ചിരിക്കുന്നത്.

വ്യതിരിക്ത ഭാഷാഭേദം

വ്യത്യസ്ത ഗോത്രത്തിൽപ്പെട്ട ഭാഷകളിലെ പദങ്ങളും ഒരേ ഗോത്രത്തിൽപ്പെട്ട ഭിന്നഭാഷകളിലെ പദങ്ങളും ചേർത്തുകൊണ്ടു രൂപീകരിക്കപ്പെട്ടതും പുരുഷമേധാവിത്വസങ്കല്പനഘടന അടിസ്ഥാനമാക്കിയുള്ളതുമായ പദാവലിയാണ് പുതുമങ്കമാരുടെ ഭാഷകളുടെ സവിശേഷത. ജന്മംകൊണ്ട് ലഭിച്ച ചാർച്ചകളിൽനിന്ന് വ്യത്യസ്തമായി ലിംഗമാറ്റത്തിലൂടെ ലഭിച്ച വീൺചാർച്ചയുടെ അടിസ്ഥാനത്തിൽ രൂപപ്പെട്ട ഭാഷാഭേദമാണ് പുതുമങ്കഭാഷ. അതോടൊപ്പം അവർക്കിടയിൽമാത്രം പ്രചാരത്തിലുള്ള ആംഗ്യഭാഷയുമുണ്ട്. ഭിക്ഷാടനത്തിനിറങ്ങുന്നവർ ഉപയോഗിക്കുന്ന കൈതട്ടൽ(കൈപ്പത്തികൾ പ്രത്യേകതരമായി കൂട്ടിയടിക്കൽ) അതിലൊന്നാണ്.

ഉപസംഹാരം

ആത്മകഥകളിലും അഭിമുഖങ്ങളിലും 'ഹിജഡകൾ' ആവിഷ്കരിക്കുന്ന വികാരത്തിന്റെ അടിസ്ഥാനത്തിൽ ഇവരെ കുറിക്കാൻ 'ഹിജഡ'എന്ന പദത്തിന് പകരം 'പുതുമങ്ക' എന്നു ഉപയോഗിക്കണം. (ആണായി ജീവിക്കുക എന്ന ലക്ഷ്യത്തോടെ ലിംഗമാറ്റം നടത്തി ജീവിക്കുന്ന സ്ത്രീകളെ 'പുതുമന്' എന്ന് വിശേഷിപ്പിക്കാം).

തമിഴിൽ അരവാണി(അറുവാണി) എന്നാണ് വിളിക്കാറുള്ളത്. ഇപ്പോൾ അതു തിരുനങ്കൈ(ശ്രീമതി) എന്നാക്കിയിരിക്കുന്നു. എങ്കിലും ഭിക്ഷാടനത്തിന് വരുന്ന ഹിജഡകൾ പലരും

'അരവാണിക്ക് എതാവത് കൊടുങ്കോ' എന്നാണ് പറയാറുള്ളത്. സാമൂഹികഭാഷാശാസ്ത്രത്തിന്റെ വീക്ഷണത്തിൽ ഇവരുടെ ഭാഷയെ ലിംഗഭേദഭാഷ എന്നു വിശേഷിപ്പിക്കാം. ഹിജഡ എന്ന പദത്തിന് ലിംഗദ്യോതകശക്തിയുമില്ല. മാത്രമല്ല. ഹിജഡകൾക്ക് താത്പര്യം സ്ത്രീകളായി അറിയപ്പെടാനാണ്. അവർ തമ്മിലുള്ള സംബോധനാ രീതികളും സ്ത്രീകൾ ഉപയോഗിക്കുന്നവയാണ്.

ഗ്രന്ഥസൂചി

ജെറീന. 2006. ഒരു മലയാളി *ഹിജഡയുടെ ആത്മകഥ.* (സമ്പാ- വിജയൻ കോടഞ്ചേരി). കോട്ടയം: ഡി.സി ബുക്സ്.

രേവതി. എ. 2010. ഒരു *ഹിജഡയുടെ ആത്മകഥ.* (വിവ) ദയ. ജെ. കോട്ടയം: ഡി.സി ബുക്സ്.

വിജയൻ കോടഞ്ചേരി. 2006. 'അവതാരിക', ഒരു മലയാളി ഹിജഡയുടെ ആത്മകഥ. കോട്ടയം: ഡി.സി ബുക്സ്.

Lakoff, Robin. 1975. *Language and Women's Place*. Harper & Raw: Harper Books.

Vidya, 2007. *I am Vidya*. Chennai Oxygen Books.

●

മാന്യം അമാന്യം: മലയാളവഴികൾ

'എടാ നിന്ദക്കഴുവേറീ, ഇവൻനിമിത്തം ഒരു കാര്യത്തിൽ മനസ്സിരുത്തുവാൻ പാടില്ലെന്നായല്ലോ. കച്ചേരിക്കു പോകുന്ന കാര്യം അന്വേഷിക്കേണ്ടവർ നീയോ ഞാനോ? എന്തെടാ? കഴുവേറി, പറ. ഇനിക്കറിഞ്ഞുകൂടേ അതിനുള്ള നേരം? നിന്നെ ഇങ്ങനെ കൂടെക്കൂടെ ഇതിന്റെ മുകളിലേക്ക് വലിച്ചുകൊണ്ടു വരണോ? 'സാഹിത്യത്തിന്റെ പുതിയ പൊതുമണ്ഡലവും ജനപ്രിയസംസ്കാരത്തിന്റെ പൊതുമണ്ഡലവും തമ്മിലുള്ള സംഘർഷങ്ങളും പിരിമുറുക്കങ്ങളും നിറഞ്ഞ കാലഘട്ടത്തിൽ, അച്ചടിയുടെയും എഴുത്തിന്റെയും ജനാധിപത്യവൽകരണഘട്ടത്തിൽ എഴുതപ്പെട്ട (1) '*നാലുപേരിലൊരുത്തൻ അഥവാ നാടകാദ്യം കവിത്വം*' എന്ന നോവൽ (സി. അന്തപ്പായി എഴുതിയത്) ആരംഭിക്കുന്നത് കിഴക്കേസ്രാമ്പിയിൽ കരുണാകരമേനോൻ എന്ന കഥാപാത്രം ഇപ്രകാരം ഭൃത്യനെ തെറിപറഞ്ഞുകൊണ്ടാണ്. 'മാന്യരേ,' 'മാന്യമഹാജനങ്ങളേ', 'മാന്യവായനക്കാരേ' എന്നിങ്ങനെയുള്ള സംബോധനകൾ കേട്ടുതഴമ്പിച്ച മലയാളികളുടെ കാതുകളിലാണ് ഇതുവന്നുവീഴുന്നത്. സ്വാമി-ഭൃത്യബന്ധത്തിൽ അധിഷ്ഠിതമായ അധികാര-വിധേയത്വത്തിന്റെ കാലഘട്ടത്തിൽ തെറിപറഞ്ഞുകൊണ്ടൊരു നോവൽ ആരംഭിക്കുകയെന്നത് അമാന്യമായി കാണാനിടയില്ലല്ലോ. സാഹിത്യത്തിന്റെ നിലവാരം കുറയുന്നത് അമാന്യമാണെന്ന് കരുതി, നിലവാരംകുറഞ്ഞ നാടകങ്ങളോടുള്ള പ്രതിഷേധമായി എഴുതപ്പെട്ട ഈ നോവൽ ആരംഭിക്കുന്നതുതന്നെ അമാന്യമായ രീതിയിലാണെന്ന് കരുതുന്നവരുണ്ടാകാം. അങ്ങനെയല്ലാത്തവരും കാണാം. മാന്യാമാന്യവിവേചനം എങ്ങനെ ഉൾകൊള്ളുന്നുവെന്നതാണ് ഈ തോന്നലുകൾക്ക് അടിസ്ഥാനം.

മാന്യവും അമാന്യവും

ബഹുമാനം അർഹിക്കുന്ന സ്വഭാവമോ പ്രവൃത്തിയോ ആണ് മാന്യം. അങ്ങനെയല്ലാത്തവ അമാന്യം. ധനം, ബന്ധുബലം, പ്രായം, ധർമാചാരം, വേദാർഥജ്ഞാനം എന്നിവയാണ് മാന്യതാഹേതുക്കളെന്ന് *ശബ്ദതാരാവലി* (2). മാന്യം/അമാന്യം എന്ന സങ്കല്പത്തിന്റെ അടിസ്ഥാനം ഏറെക്കുറെ ആപേക്ഷികവും സന്ദർഭാധിഷ്ഠിതവുമാണ്. സംസ്കാരത്തിനനുസരിച്ചും കാലഘട്ടത്തിനനുസൃതമായും മാന്യതാസങ്കല്പങ്ങൾ മാറും.

മാന്യമായ പെരുമാറ്റമാണ് അഭികാമ്യം. മറ്റുള്ളവരെ അലോസരപ്പെടുത്താതെ, ശരീരചേഷ്ടകളും വാക്കും നിയന്ത്രിച്ചുകൊണ്ടുള്ള പെരുമാറ്റമാണ് മാന്യമായി കല്പിക്കപ്പെടുന്നത്. സ്വയം ബഹുമാനവും മറ്റുള്ളവർക്ക് അവർ അർഹിക്കുന്ന തരത്തിൽ കൊടുക്കുന്ന ബഹുമാനവുമാണ് മാന്യം. അർഹതയ്ക്ക് ഇവിടെ വളരെ പ്രാധാന്യമുണ്ട്. അനർഹരായവരെ ബഹുമാനിക്കുന്നത് അമാന്യമാണെന്നും മലയാളിക്കറിയാം. സമൂഹത്തിലെ മറ്റ് അംഗങ്ങളോടുള്ള പെരുമാറ്റമാണ് മാന്യതയെ നിശ്ചയിക്കുന്ന ഘടകങ്ങളിലൊന്ന്; അമാന്യമുണ്ടെങ്കിലേ മാന്യമുള്ളൂ.

മാന്യം/അമാന്യം എന്ന ദ്വന്ദ്വകല്പന സാമൂഹികബോധത്തിന്റെ അടിസ്ഥാനത്തിൽ രൂപപ്പെടുന്ന വർഗീകരണത്തിന്റെ ആവിഷ്കാരമാണ്. അതുകൊണ്ടുതന്നെ അത് നമ്മുടെ സമൂഹത്തിൽ എപ്രകാരം രൂപപ്പെട്ടുവെന്ന് അന്വേഷിക്കുന്നത് കൗതുകകരമാണ്. ദായക്രമത്തിന്റെ അടിസ്ഥാനത്തിൽ ചിന്തിക്കുമ്പോൾ 'അമ്മ വഴി' വന്നതാണോ 'അച്ഛൻ വഴി' വന്നതാണോ എന്ന ചോദ്യം പ്രസക്തമാണ്. മറ്റൊരു തരത്തിൽ പറഞ്ഞാൽ മക്കത്തായമാണോ മരുമക്കത്തായമാണോ ഇതിന് അടിസ്ഥാനമെന്നർഥം. ദായക്രമത്തെക്കുറിച്ച് രാഘവവാരിയർ (2006) ചൂണ്ടിക്കാണിച്ച കാര്യം ഈ സന്ദർഭത്തിൽ പ്രസക്തമാകുന്നു. 'അമ്മവഴിയെത്തന്നെ അനുസരിക്കുന്നതാണ് മലയാളികളുടെ കുടുംബവ്യവസ്ഥ. അത് അവന്റെ ഉല്പാദനബന്ധങ്ങളോടും ജീവിതരീതിയോടും ബന്ധപ്പെട്ടിരിക്കുന്നു. അനേകം തായ് വഴികളടങ്ങുന്ന ഒന്നാണ് തറവാട് എന്ന ഘടന. തായ്വഴി(താവഴി എന്നു ലോപം) എന്ന പേരുതന്നെ നോക്കുക. തായിന്റെ/ അമ്മയുടെ വഴിയാണ്. തന്തവഴിക്കാരായ ചിലരും മുഖ്യതറവാട്ടിലെ ശാഖക്കാരെ താവഴിക്കാരെന്നുതന്നെയാണ് വ്യവഹരിക്കുക. മലയാളിയുടെ ഭാഷയും മസ്തിഷ്കവും അങ്ങനെയാണ് രൂപപ്പെടുന്നതെന്നു സാരം (3). ആൺകോയ്മയെ മലയാളികളുടെ തറവാട്ടുസ്വത്തായി പരിഗണിക്കേണ്ടതില്ലെന്ന ഈ അഭിപ്രായം പരിഗണിച്ചാൽ' അമ്മവഴി വന്നതാണ്'' മാന്യ/

അമാന്യങ്ങളുടെ വഴികൾ എന്നു പറയാം. ഇവരോടൊപ്പം അമ്മാവനെയും ചേർക്കണം. അങ്ങനെ വരുമ്പോൾ 'അമ്മ', 'അച്ഛൻ', 'അമ്മാവൻ' എന്നിവർ വഴിയാണ് മാന്യം/അമാന്യം എന്ന സങ്കല്പങ്ങൾ മലയാളത്തിൽ സ്ഥാനംപിടിച്ചതെന്ന് വരും. അമ്മാവൻമാർക്ക് അമ്മവഴിയിൽ അർഹിക്കുന്ന പദവിയുണ്ട്. 'അമ്മവഴി ആങ്ങളമാരുടെ വഴി'-യുമാണ്. ഇതിന്റെ അടയാളം ഭാഷയിൽതന്നെയുണ്ട്. 'ആങ്ങള' എന്ന പദംതന്നെ സ്ത്രീകളുടെ സ്വന്തമാണ്. സംബോധന ചെയ്യാനും പരാമർശിക്കാനും സ്ത്രീകൾമാത്രമേ 'ആങ്ങള' എന്ന പദം ഉപയോഗിക്കൂ. അതായത് ഒരു പുരുഷൻ സഹോദരനെ 'ആങ്ങള' എന്ന് പരാമർശിക്കുകയോ സംബോധന ചെയ്യുകയോ ഇല്ല.

ദായക്രമമാണ് ചാർച്ചയുടെ അടിസ്ഥാനത്തിലുള്ള മാന്യ-അമാന്യങ്ങളെ നിർണയിക്കുന്നത്. ചാർച്ച(രക്തബന്ധം)കൂടാതെ ജാതിയുടെ അടിസ്ഥാനത്തിലുള്ള സാമൂഹികശ്രേണീകരണവും മാന്യ-അമാന്യങ്ങളെ നിർണയിക്കുന്ന ഘടകമാണ്. ജാതിമാത്രമല്ല അധികാരത്തെ ഉണ്ടാക്കുന്ന ഏതു ശ്രേണീകരണനിദാനങ്ങളും മാന്യ-അമാന്യതകളെ നിർണയിക്കുന്നു. അതിനാൽ ലിംഗം, മതം, സമ്പത്ത്, വിദ്യാഭ്യാസം, തൊഴിൽ, കുടിയേറ്റം എന്നിങ്ങനെയുള്ള സാമൂഹികചരങ്ങളും ഈ ചരങ്ങളുടെ അടിസ്ഥാനത്തിൽ രൂപപ്പെടുന്ന പെരുമാറ്റവും ലൈംഗികത, വൈകല്യം, രോഗം, വിശപ്പ്, പക്ഷി-മൃഗാദികൾ, കല, താളം എന്നിവയുമായി ബന്ധപ്പെട്ട മനോഭാവവും മറ്റ് ആവശ്യങ്ങൾ എന്നിവയും മാന്യ- അമാന്യസങ്കല്പങ്ങളെ നിർണയിക്കുന്നുണ്ടെന്ന് കാണാം.

മാന്യ-അമാന്യങ്ങളെ ആവിഷ്കരിക്കുന്നതിന് മലയാളത്തിൽ രണ്ട് വഴികളുണ്ട്. അമാന്യരൂപങ്ങളെ ആവിഷ്കരിക്കുന്ന വിലക്കുചൊല്ലുകളും വിലക്കുചൊല്ലുകളെ മാന്യമാക്കുന്ന ശിഷ്ടോക്തികളുമാണവ.

വിലക്കുചൊല്ലുകൾ

മറച്ചുവെയ്ക്കണമെന്ന് സമൂഹം നിഷ്കർഷിക്കുന്ന ചില അവയവങ്ങൾ ശരീരത്തിലുള്ളതുപോലെ മാന്യതയുടെ പേരിൽ മറച്ചുവെയ്ക്കുന്ന ചില പദങ്ങളും ശൈലികളും എല്ലാ ഭാഷകളിലുമുണ്ട്. ഇവയെ 'വിലക്കുചൊല്ലുകൾ' എന്ന് മലയാളത്തിലും 'ടാബൂവേർഡ്സ്'' എന്ന് ഇംഗ്ലീഷിലും വ്യവഹരിക്കുന്നു. ലൈംഗികത, മരണം, ഭക്ഷണം, ചില ആചാരങ്ങൾ, ദുരന്തം, കഠിനരോഗം എന്നിവയെ സൂചിപ്പിക്കുന്ന പദങ്ങൾ നേരിട്ട് ഉപയോഗിക്കരുതെന്ന് സമൂഹം വിലക്ക് കല്പിക്കുന്നു. അതുകൊണ്ടാണിവ വിലക്കുചൊല്ലുകൾ എന്നറിയപ്പെടുന്നത്. വിലക്കുചൊല്ലുകളെ ശാപം, ശകാരം, മതനിന്ദ, ദൈവനിന്ദ, മൃഗനിന്ദ

എന്നിങ്ങനെ പലതായി തിരിക്കാം. വിവേചനം കാണിക്കാനും നിന്ദിക്കാനും ആഭാസം പറയാനും ശകാരിക്കാനും വിലക്കുചൊല്ലുകൾ ഉപയോഗിക്കുന്നു.

ശകാരപദാവലി

വിലക്കുചൊല്ലുകളിൽ പ്രധാനം ശകാരപദാവലിയാണ്. ഒരു പദം തെറിയായി മാറുന്നതിന് പല കാരണങ്ങളുമുണ്ട്. ശ്ലീലം/ അശ്ലീലം, മാന്യം/അമാന്യം നല്ല/ചീത്ത എന്നിങ്ങനെയുള്ള ദ്വന്ദ്വങ്ങളിൽ അശ്ലീലം, അമാന്യം, ചീത്ത എന്നിങ്ങനെ ഓരോ സമൂഹവും ആരോപിക്കുന്ന അവസ്ഥകളാണ് തെറിപദങ്ങളുടെ പ്രധാന നിദാനങ്ങൾ. വ്യക്തിയുടെ സാമൂഹികനിലയും മാനസികനിലയുമായി ഇവ ബന്ധപ്പെടുന്നു. വ്യക്തി പ്രകടിപ്പിക്കുന്ന പുച്ഛവും ശകാരമായി മാറുന്നുണ്ട്.

തന്തയ്ക്കും തള്ളയ്ക്കും വിളിക്കുന്നതും മാമാവിളിയും ചാർച്ചയുടെ അടിസ്ഥാനത്തിൽ രൂപപ്പെടുന്ന ശകാരപദങ്ങളാകുന്നു. വ്യക്തിയുടെ ജാതിയെ പുച്ഛിക്കുമ്പോഴാണ് 'കൊശവന്'ും 'ചെറുമനും' 'പറയനും' സവർണരുടെ 'തെറി'കളായി മാറുന്നത്. തൊഴിലിന്റെ മാന്യാമാന്യാവസ്ഥയിൽ 'തോട്ടി'യും 'വേശ്യ'യും 'അമ്പട്ടനും' തെറിപ്പദങ്ങളാകുന്നു. ദാരിദ്ര്യവും സമ്പന്നരെ സംബന്ധിച്ചിടത്തോളം അശ്ലീലാവസ്ഥയാകുന്നതുകൊണ്ടാണ് 'തെണ്ടി'യും 'പെറുക്കി'യും 'ചെറ്റ'യും 'പുറമ്പോക്കും' തെറിപ്പദങ്ങളായി മാറുന്നത്. ലിംഗവിവേചനത്തിന്റെ മേൽ-കീഴ പരിഗണിക്കുമ്പോൾ 'ആണും പെണ്ണും കെട്ടവൻ', 'ഒമ്പത്'' 'ഹിജഡ', 'ശിഖണ്ഡി' എന്നിവ തെറിവാക്കുകളായി മാറുന്നു. (ഇവയൊന്നും തന്നെ സ്ത്രീകളെ കുറിക്കാൻ ഉപയോഗിക്കുകയില്ല). ശാരീരികവും മാനസികവുമായ വൈകല്യങ്ങളും ശകാരത്തിന് അടിസ്ഥാനമാകുന്നുണ്ട്. 'ഞൊണ്ടി'യും 'മുച്ചുണ്ടന്'ും 'മൂക്കുചപ്പി'യും 'കോങ്കണ്ണനും' 'മന്ദബുദ്ധി'യും 'നൊസ്സും' 'ഭ്രാന്തനും' 'ഭ്രാന്തി'യുമൊക്കെ അങ്ങനെ വരുന്നവയാണ്. ഉയരക്കുറവും അസാമാന്യമായ ഉയരവും മലയാളികൾ മാനിക്കാറില്ല. 'കള്ളനെ നമ്പിയാലും കുള്ളനെ നമ്പരുത്'' എന്നാണ് പഴമൊഴി. ഇതിനെ പ്രതിരോധിക്കുകയുമാവാം. 'പൊക്കമില്ലായ്മയാണെന്റെ പൊക്കമെന്നറിയുന്നു ഞാൻ' എന്ന് കുഞ്ഞുണ്ണിമാഷ് പറയുന്നത് അതുകൊണ്ടാണ്. പൊക്കത്തോടൊപ്പം ഊക്കിനും പ്രാധാന്യമുണ്ട്. അപ്പോഴാണ് 'കയ്യൂക്കുള്ളവൻ കാര്യക്കാരനാകുന്നത്''. ശക്തി കുറഞ്ഞവൻ 'കുഴഞ്ഞാടി'യോ 'ശവ'മോ ആണ്. 'എനിക്ക് പൊക്കം കുറവാ/ണെന്നെ പൊക്കാതിരിക്കുവിൻ/എനിക്കുൾക്ക് കുറവാണെന്നെ/ത്താങ്ങാതിരിക്കുവിൻ' എന്നും കുഞ്ഞുണ്ണിമാഷ് എഴുതിയിട്ടുണ്ട്. ചിലരുടെ കണ്ണിൽ വിശക്കുന്നുവെന്നറിയിക്കലും ഭക്ഷണം കൂടുതൽ ആവശ്യപ്പെടുന്നതും മാന്യമായ ഏർപ്പാടല്ല; കാശു കൊടുത്തു

വാങ്ങുമ്പോൾപോലും. ഭക്ഷണം അടിസ്ഥാനമാക്കിയുള്ള ശകാര പദങ്ങളുണ്ട്. 'കഞ്ഞി', 'ശാപ്പാട്ടുരാമൻ', 'കൊതിയൻ', 'നുണയൻ', 'ആർത്തി പണ്ടാരം', 'തീറ്റ ഭ്രാന്തൻ' എന്നിങ്ങനെ.

കുടിയേറ്റവും ശകാരത്തിന് അടിസ്ഥാനമാണ്. 'തെക്കൻ', 'വടക്കൻ', 'വരുത്തൻ' എന്നിങ്ങനെയുള്ള ശകാരപദങ്ങൾ കുടിയേറ്റം ആധാരമാക്കിയുണ്ടായവയാണ്. പ്രായമാണ് ശകാരത്തിന്റെ മറ്റൊരു നിദാനം. 'ലോകത്തിലെല്ലാവർക്കും/പ്രായമൊപ്പമാണല്ലോ' എന്ന് കുഞ്ഞുണ്ണിമാഷ് പറഞ്ഞിട്ടുണ്ടെങ്കിലും സംഗതി അങ്ങനെയല്ല. 'കിളവനും കിളവിയും', 'മുതുക്കനും മുതുക്കിയും', 'വയസ്സനും വയസ്സിയും' പ്രായത്തിന്റെ അടിസ്ഥാനത്തിൽ രൂപപ്പെടുന്ന ശകാരവാക്കുകളാകുന്നു. 'പാണ്ടി' 'ജപ്പാൻ', 'അണ്ണാച്ചി' (തമിഴ് നാട്ടിൽ നിന്നും വന്നവൻ) എന്നിവ ദേശത്തിന്റെ അടിസ്ഥാനത്തിൽ രൂപപ്പെടുന്ന തെറിപ്പദങ്ങളാണ്. പാരമ്പര്യമില്ലാത്തതും തെറിക്ക് അടിസ്ഥാനമാകുന്നുണ്ട്. 'ഇന്നലെ മുളച്ച തകര'യും, 'ഇന്നലെ വന്നവനും' ഈ ഗണത്തിൽ പെടുന്ന ശകാരവാക്കുകളാണ്. താളവും ശകാരപദങ്ങൾക്ക് അടിസ്ഥാനമാകുന്നുണ്ട്. 'തരികിട,' 'തിത്തിത്തോ' എന്നീ പദങ്ങളും ചെണ്ടകൊട്ടിക്കൽ, ശ്രുതിഭംഗം, അപശ്രുതി എന്നീ ശൈലികളും ഉദാഹരണങ്ങൾ. ആട്ടക്കാരിയും കൂത്താടിയും കൂത്തച്ചിയും പൊട്ടൻ തെയ്യവും കലയുമായി ബന്ധപ്പെട്ടു രൂപപ്പെട്ട ശകാരവാക്കുകളാണ്.

പുരുഷമേധാവിത്വസങ്കല്പനഘടനയിൽ ലിംഗാവസ്ഥയിൽ പുരുഷനാണ് മുകളിൽ. അതിനാൽ പുരുഷത്വത്തിന്റെ പതനത്തെ സ്ത്രീയുടെ അവസ്ഥകൊണ്ട് സൂചിപ്പിച്ചും മലയാളികൾ അശ്ലീലമുണ്ടാക്കുന്നു. അവയോടൊപ്പം ലൈംഗികാവയവങ്ങളും ലൈംഗിക പ്രവൃത്തിസൂചകപദങ്ങളും ആംഗ്യങ്ങളും ശകാരത്തിനുപയോഗിക്കാം. പുരുഷൻ ഉപയോഗിക്കുന്ന വസ്തുക്കൾ മാന്യവും സ്ത്രീകൾ ഉപയോഗിക്കുന്ന വസ്തുക്കൾ അമാന്യവുമാണെന്ന് കുട്ടികൾക്കുപോലും അറിയാം. 'അയ്യേ അത് പെണ്ണുങ്ങളുടെ ബേഗാണ്,' അല്ലെങ്കിൽ 'പെണ്ണുങ്ങളുടെ ചെരിപ്പാണ്'' എന്നൊക്കെ ആൺകുട്ടികൾ പറയുന്നത് ശ്രദ്ധിക്കുക. ജാതിശ്രേണീബദ്ധമായ സാമൂഹികബോധമാണ് കീഴാളജാതികൾ ഉപയോഗിക്കുന്നതെന്തും വരേണ്യരുടെ കണ്ണിൽ അമാന്യമാക്കുന്നത്. 'പറച്ചിയുടെ മാതിരിയുണ്ട് കാണാൻ' എന്നുപറയുന്നതും 'ചെറുമച്ചാള്', 'ചെറുമക്കളുടെ നിറം' എന്നൊക്കെ വിശേഷിപ്പിക്കുന്നതും അതുകൊണ്ടാണ്.

പൊതുമണ്ഡലവും വിലക്കുചൊല്ലുകളും

മാന്യ/അമാന്യതലങ്ങളെ നിർണയിക്കുന്നത് സ്വകാര്യം/ പൊതു എന്നീ ഘടകങ്ങളാണ്. രാഷ്ട്രീയവും സാഹിത്യവും സിനിമയും പൊതുമണ്ഡലത്തെ പ്രതിനിധീകരിക്കുന്നതിനാൽ വിലക്കുചൊല്ലുകൾ അവിടെയും പ്രസക്തമാകുന്നു. പൊതുമണ്ഡലത്തിൽ നിരന്തരമായി ഇടപെടുന്ന രാഷ്ട്രീയക്കാർ മാന്യത കൈവെടിയരുത് എന്നാണ് വെയ്പ്. കേരളത്തിൽ കാണുന്നത് ഇതിന് വിപരീതമായ കാര്യങ്ങളാണ്. 'പിണറായി വിജയനെയും വി.എസ്. അച്യുതാനന്ദനെയും പാർട്ടിയിൽനിന്ന് പുറത്താക്കണം. മാന്യൻമാർ എന്നു നടിക്കുന്ന ഇവർ പരസ്പരം ചീത്ത പറഞ്ഞു നടക്കുകയാണ്. ഇവരെ മാന്യൻമാർ എന്നു വിളിക്കുന്നതുതന്നെ ഗതികേടാണ്. ജനങ്ങളോട് ഇവർ മാപ്പ് പറയണം'. സി.പി.എം മാന്യന്മാരുടെ പാർട്ടിയാണെന്ന ധ്വനിയേക്കാൾ പൊതുപ്രവർത്തകർ ഉപയോഗിക്കേണ്ട ഭാഷ എപ്രകാരമായിരിക്കണം എന്ന കാര്യത്തിലേക്കാണ് ജസ്റ്റിസ് കൃഷ്ണയ്യരുടെ ഈ അഭിപ്രായം വിരൽ ചൂണ്ടുന്നത്. പ്രതിലോമപരമായ ഓരോ രാഷ്ട്രീയസംഭവവും രൂപംകൊള്ളുമ്പോൾ മലയാളികളുടെ പൊതുഭാഷ ശകാരഭാഷയായി മാറുകയാണ്. ക്രൂരമായ് കൊലചെയ്യപ്പെട്ട ടി.പി. ചന്ദ്രശേഖരനെ 'കുലംകുത്തി' എന്ന് പിണറായി വിജയൻ പരാമർശിക്കുമ്പോൾ, 'ഡാങ്കേയ്ക്ക് സംഭവിച്ചതുപോലെ പിണറായി വിജയനും സംഭവിക്കു'മെന്ന് വി. എസ്. അച്യുതാനന്ദൻ സൂചിപ്പിക്കുമ്പോൾ, പിണറായിയെ 'മാടമ്പി'യെന്ന് വിമതർ വിശേഷിപ്പിക്കുമ്പോൾ, ബാലകൃഷ്ണപിള്ള സി.പി.എമ്മിനെ 'ക്വട്ടേഷൻ സംഘ'മെന്ന് പരാമർശിക്കുമ്പോൾ, ലീഗിന്റെ അഞ്ചാം മന്ത്രിപദവിയെ കളിയാക്കി, 'അഞ്ചാം മന്ത്രിയും പട്ടിയ്ക്കൊരു പാർട്ടി'യും എന്ന പോസ്റ്റർ പ്രത്യക്ഷപ്പെടുമ്പോൾ, പൊതുഭാഷ, പോരാട്ടത്തിനുള്ള ശകാരഭാഷയായി മാറുകയാണ്(4).

മിമിക്രി ആസ്വദിക്കുന്നതുപോലെ ശകാരഭാഷ ആസ്വദിക്കാൻ പൊതുജനങ്ങളും ആഘോഷിക്കാനും പ്രചരിപ്പിക്കാനും മാധ്യമങ്ങളും സജീവമായി ശ്രമിക്കുന്നു. ഇതോടൊപ്പം മാന്യമല്ലാത്ത ഭാഷാപ്രയോഗങ്ങൾ ആരുടെ ഭാഗത്തുനിന്നുണ്ടായാലും പ്രതികരിക്കുന്നവരുമുണ്ട്. ഇവ വ്യത്യസ്ത മനോഭാവങ്ങളെ കാണിക്കുന്നു.

മാന്യാമാന്യസങ്കല്പവും ഭാവുകത്വവും

മാന്യാമാന്യസങ്കല്പങ്ങൾ സാഹിത്യഭാവുകത്വത്തെയും നിർണയിക്കുന്നു. പ്രാചീനകൃതികൾമുതൽ പുതുസാഹിത്യംവരെ ഇതുകാണാം. സാഹിത്യത്തിലും സിനിമയിലും ശകാരഭാഷയുടെ വിവിധ വഴികൾ മലയാളികൾക്ക് പരിചയമുണ്ട്. അമാന്യത്തെ

മാന്യമാക്കുകയാണിവരിൽ പലരും. യഥാർഥത്തിൽ നന്നായി ശകാരിക്കാൻ അറിയുക എന്നാൽ നന്നായി ഭാഷ പ്രയോഗിക്കാനറിയുക എന്നാണെന്ന് ഇവരിൽ ചിലർ കരുതുന്നു. തെറിമലയാളമാണ് തെളിമലയാളത്തിലേക്കുള്ള വഴിയെന്നും ഇവർക്കറിയാം.

അനൂപ്മേനോന്റെ 'ട്രിവൻഡ്രം ലോഡ്ജ്' എന്ന സിനിമ മാന്യ-അമാന്യങ്ങളെ നിർണയിക്കുന്നതിന് നല്ല ഉദാഹരണമാണ്. സർവത്ര ലൈംഗികമയമായ കേരളത്തെയാണ് അതിൽ ചിത്രീകരിക്കുന്നത്. 'എല്ലാവർക്കും കിട്ടുന്നുണ്ട്. എനിക്കുമാത്രം ഒന്നുമില്ല. രാത്രിയാകുമ്പം സങ്കടം വരും'(അബ്ദു എന്ന കഥാപാത്രം പറയുന്നത്). പെണ്ണിനെ അത്താഴത്തിനുശേഷമുള്ള തൊട്ടുകൂട്ടലായി കാണുന്ന ആണിന്റെ ആത്മഗതം ആവിഷ്കരിക്കുന്ന അതേ സിനിമയിൽതന്നെയാണ് 'നിന്നെ കിടക്കയിലേക്ക് വലിച്ചിടാൻ എളുപ്പമാണ്. അത് വേണ്ടെന്നു വെയ്ക്കാനാണ് വിഷമം. ഞാൻ വേണ്ടെന്നു വെയ്ക്കുന്ന്' (ധ്വനിനമ്പ്യാരോട് പറയുന്നത്). ഇതിലാകട്ടെ ലൈംഗികാഭിരുചിയുമായി ബന്ധപ്പെട്ട മാന്യ/അമാന്യഭേദങ്ങളെ നിർണയിക്കുകയാണ്. 'ക്യാൻ ഐ ഹാവ് സെക്സ് വിത്ത് യൂ' എന്ന നേരിട്ട് സ്ത്രീയോട് ചോദിക്കുന്നതും ('ഒന്നു മുറുക്കാൻ തരുമോ' എന്ന് സ്ത്രീയെ നോക്കി ഇതേ അർഥത്തിൽ വടക്കൻപാട്ടിലെ പുരുഷന്മാരും ചോദിച്ചിരുന്നുവല്ലോ). 'ഞാൻ നിങ്ങൾ ഉദ്ദേശിക്കുന്നതുപോലെ കന്യകയല്ലെന്ന്' സ്ത്രീ പറയുന്നതും പുതുതരംഗസിനിമകളുടെ മാന്യവഴികളാണ്. ക്ലാസ്സുകളിൽ ഏറ്റവും കൂടുതൽ അശ്ലീലം ഉപയോഗിക്കുന്നത് സാഹിത്യം പഠിപ്പിക്കുന്നവരാണെന്ന് പറയാറുണ്ട്. ചില സാഹിത്യവിമർശകർ എഴുത്തുകാരെ തങ്ങൾക്ക് ശാസിക്കാനുള്ള വിദ്യാർഥികളായി കാണുന്നു. (മലയാള സാഹിത്യംമാത്രമല്ല ഉദ്ദേശ്യം) അവർ നിരൂപകരാകുമ്പോൾ സാഹിത്യഭാഷ 'ശകാരം പറയലാകുന്നു'. കോപ്പിയടിച്ചിട്ടാണ് തനിക്ക് ഇത്ര മാർക്ക് കിട്ടിയതെന്ന് ഇഷ്ടമില്ലാത്ത കുട്ടിയോട് പറയുന്നതുപോലെ, സർഗധനരായ എഴുത്തുകാരെ അവർ മോഷ്ടാക്കളാക്കുന്നു. അങ്ങനെ വൈക്കം മുഹമ്മദ് ബഷീർ എന്ന വിശ്വസാഹിത്യകാരൻ ഇവർക്ക് അശ്ലീല എഴുത്തുകാരനോ മോഷ്ടാവോ ആകുന്നു. അപ്പോൾ ബഷീറിനും പറയേണ്ടി വരുന്നു : 'വാക്കുകൾ ആരുടെയും അമ്മയ്ക്ക് സ്ത്രീധനമായി കിട്ടിയതല്ലെന്ന്'. ഇങ്ങനെ പറഞ്ഞും പറയിപ്പിച്ചുമാണ് പൊതുഭാഷ അസ്വസ്ഥതയുടെ ഭാഷയായി പരിണമിക്കുന്നത്.

വിലക്കുചൊല്ലുകളിലെ പ്രധാനവിഭാഗമായ ആഭാസം, സാഹിത്യഭാവുകത്വത്തിൽ നിർണായകഘടകമായി തീരുന്നുണ്ട്. സമൂഹത്തെ ഞെട്ടിക്കുക എന്ന ഉദ്ദേശ്യത്തോടെ എഴുതപ്പെട്ട ആധുനികസാഹിത്യത്തിൽ ഇത് നന്നായി ഉപയോഗിക്കപ്പെട്ടു. ഒ.വി. വിജയന്റെ

'ധർമപുരാണ'ത്തിലെ 'പ്രജാപതിക്ക് ഉറാൻ മുട്ടി' എന്ന പ്രയോഗം ഓർക്കുക. ഇത്തരം എഴുത്തിനെ മാന്യമോ അമാന്യമോ എന്ന് തീരുമാനിക്കുന്നതിൽ പല ഘടകങ്ങളും പ്രവർത്തിക്കുന്നുണ്ട്.

അമാന്യമെന്ന് പറഞ്ഞ് നിരോധിച്ച പലതും പിൽക്കാലത്ത് തിരിച്ചുവന്നിട്ടുമുണ്ട്. ഇരയിമ്മൻതമ്പിയുടെ 'പ്രാണനാഥൻ എനിക്ക് നൽകിയ..' എന്ന കൃതി ചലച്ചിത്രഗാനമായി മാറിയപ്പോൾ ആകാശവാണി അതു പ്രക്ഷേപണംചെയ്യുകയും പിന്നീട് നിരോധിക്കുകയും ഇപ്പോൾ വീണ്ടുംപ്രക്ഷേപണം ചെയ്യുകയും ചെയ്യുന്നത് ഉദാഹരണം. (ഇതിന്റെ ആലാപനത്തിന് പി മാധുരിക്ക് നല്ല ഗായികയ്ക്കുള്ള സംസ്ഥാനസർക്കാറിന്റെ അവാർഡും ലഭിച്ചിരുന്നു). വി.കെ.എൻ എഴുതിയ *അധികാരം* എന്ന കൃതിയും തോമസ് മാന്റെ *മാറ്റിവെച്ച തലകൾ*(വിവ) എന്ന കൃതിയും സിലബസിൽ വന്നപ്പോൾ ഉണ്ടായ കോലാഹലം ഓർക്കുക. അപ്പോഴും മണിപ്രവാളവും വെണ്മണിക്കവിതകളും പാഠ്യവിഷയമായി ഉണ്ടായിരുന്നു; ഇപ്പോഴുമുണ്ട്. സ്ത്രീശരീരവർണന മലയാളസാഹിത്യത്തിന്റെ ഭാവുകത്വഘടനയുടെ അവിഭാജ്യഘടകമാണ്. പക്ഷേ കാണുന്ന രീതിയ്ക്ക് അനുസരിച്ച് അവ മാന്യവും അമാന്യവുമാകുന്നു. 'ആറ്റിൽകിടന്നു ചില കന്യകമാർ കുളിച്ചു/നിന്നിന്റെ നേരമൊരു നീരജലോചനയാ/കാണാമിരുണ്ടുതുടതൻ നടുവേ കറുത്തി-/ട്ടിന്ദീവരത്തിന്നിതളല്ലൊരുമീനുമല്ല' എന്ന വരികളേക്കാൾ മാന്യം ഇവിടെ കൊടുക്കുന്ന വള്ളത്തോളിന്റെ വരികളാണെന്ന് തോന്നാം.: വെണ്ണ തോൽക്കുമുടലിൽ സുഗന്ധിയാ-/മെണ്ണ തേച്ചരയിലൊറ്റ മുണ്ടുമായ്/തിണ്ണമേലമരുമാ നതാംഗി മു -/ക്കണ്ണനേകി മിഴികൾക്കൊരുത്സവം. സാഹിത്യത്തെ ലൈംഗികാകർഷണത്തിന്റെ ആവിഷ്കാരമായും അതുണ്ടാക്കാനുള്ള ഉപാധിയായും കണ്ട വരേണ്യസാഹിത്യത്തിന്റെ ആവിഷ്കാരങ്ങളാണിവ. 'ശൃംഗാരശ്ലോകങ്ങളും സ്ത്രീശരീരങ്ങളുടെ വർണനയും കാമവികാരങ്ങളുടെയും രതിക്രീഡകളുടെയും പ്രതിപാദനവുമൊക്കെ സാംസ്കാരികമായി താണ അവസ്ഥയുടെ ചിഹ്നങ്ങളായി കാണുന്നരീതി ആധുനികതയുടെതന്നെ ലക്ഷണമായി പല എഴുത്തുകാരും പത്തൊമ്പതാം നൂറ്റാണ്ടിൽതന്നെ കണ്ടിരുന്നു. സംബന്ധത്തെ നായർ വിവാഹരീതിയായിക്കണ്ട് ന്യായീകരിച്ച ചന്തുമേനോന്റെ ഇന്ദുലേഖതന്നെ ഇതിന് തെളിവാണെന്ന്'' ചൂണ്ടിക്കാണിക്കപ്പെട്ടിട്ടുണ്ട് (5). സമൂഹം കല്പിക്കുന്ന മാന്യാമന്യവഴികളും രാഷ്ട്രീയം പ്രമേയഘടനയിൽ എങ്ങനെയുൾക്കൊള്ളുമെന്ന യുക്തിയുടെ ആവിഷ്കാരംകൂടിയാണിത്. ഈ വരേണ്യവർഗ ലൈംഗികാഭിരുചിയാണ് വിഷ്ണുപ്രസാദിന്റെ 'ലിംഗവിശപ്പ്'' എന്ന കവിതയിലും കാണുന്നത്. ഒന്ന് പണിയാൻ

തരുമോ എന്ന്/അവളോട് ചോദിക്കാഞ്ഞതിന്റെ ഖേദം/ഇന്നും തീർന്നിട്ടില്ല (ലിംഗവിശപ്പ്) വിഷ്ണുപ്രസാദ് (6) കാമവിശപ്പിനെ പരസ്യപ്പെടുത്തുവെന്ന് കുറ്റപ്പെടുത്തുന്ന ഈ കവിത ചെന്നുനിൽക്കുന്നത്, ഉണ്ണായിവാര്യരുടെ നളചരിതത്തിലെ 'ആകൃതികണ്ടാലതിരംഭേയം/ആരാലിവൾതന്നധരംപേയം' എന്ന അഭിരുചിയിലാണ്.

ശകാരവും പാരമ്പര്യവും സാഹിത്യത്തിൽ

മാന്യം/അമാന്യം എന്നിവയിൽ പാരമ്പര്യത്തിനു വളരെയധികം പ്രാധാന്യമുണ്ട്. പാരമ്പര്യമുള്ള കുടുംബത്തിനും സമുദായത്തിനും സമൂഹത്തിൽ മാന്യത കല്പിക്കപ്പെട്ടുപോരുന്നുണ്ട്. വ്യക്തിമഹിമയേക്കാൾ തറവാട് മഹിമയ്ക്കാണ് വിവാഹാലോചനകളിൽ പ്രാമുഖ്യം. പാരമ്പര്യമഹിമയെ ഊന്നിപ്പറയുന്ന കാര്യത്തിൽ മലയാളത്തിലെ സാഹിത്യകൃതികളും ഒട്ടും പിന്നിലല്ല. എന്നാൽ മുസ്ലീം സമുദായത്തിലെ അനാചാരങ്ങളെ എതിർത്തു, പാരമ്പര്യത്തെ മറ്റൊരു രീതിയിൽ പ്രതിഷ്ഠിക്കാനുള്ള ശ്രമമാണ് *ന്റുപ്പുപ്പാക്കൊരാനേണ്ടാർന്ന്* എന്ന നോവലിൽ, വൈക്കം മുഹമ്മദ് ബഷീർ നടത്തുന്നത്. ആഷറിന് ബഷീർ എഴുതിയ കത്തിൽ ഇപ്രകാരം പറയുന്നു: 'ഇസ്ലാമിന്റെ പഴയ പ്രൗഢിയെ വരച്ചുകാട്ടുക എന്നുള്ളതായിരുന്നു എന്റെ ഉദ്ദേശ്യം. അതോടൊപ്പം ഭൂതകാലത്തിന്റെ ചുമടും താങ്ങിക്കൊണ്ടു ഇക്കാലത്തും മുസ്ലിങ്ങൾ വർത്തമാനകാലജീവിതത്തോട് പൊരുത്തപ്പെടാൻ കഴിയാതെ വീർപ്പുമുട്ടുന്നതിനെയും ചൂണ്ടിക്കാണിക്കാൻ ശ്രമിച്ചിട്ടുണ്ട്. പിച്ചക്കാരായാലും ശരി, അറവുകാരായാലും ശരി, മഹാനായ അക്ബറുടെ നേർതാവഴിയാണ് ഞങ്ങൾ എന്ന് അവകാശപ്പെടുന്നവരാണധികവും. ആന ഭൂതകാലത്തിന്റെ, പാരമ്പര്യത്തിന്റെ ചിഹ്നമാണ്(7). കുഞ്ഞുപ്പാത്തുമ്മയുടെ കണ്ണിലാകട്ടെ മാന്യം, അമാന്യമായി മാറുമ്പോൾ ലോകം അവസാനിക്കും. 'ഈ ലോകം ഒരിക്കൽ നശിക്കും. അത് നേരത്തെ അറിയുന്നതിനു ചില അടയാളങ്ങളുണ്ട്. അത് കുഞ്ഞുപാത്തുമ്മ വിസ്തരിച്ചുപറയും താണവർ ഉയരും. ഉയർന്നവർ താഴും'. ഇവിടെ പറയുന്ന 'താഴ്ന്നവർക്ക്'' മാന്യതയില്ലാത്തവർ എന്നർഥമാണ് സന്ദർഭംകൊണ്ടു ലഭിക്കുക. അല്ലാതെ സാമൂഹികശ്രേണീകരണത്തിന്റെ അടിസ്ഥാനത്തിൽ തഴയപ്പെട്ടവരല്ല. അമാന്യർക്ക് ലഭിക്കുന്ന അനർഹമായ അംഗീകാരം ലോകത്തെ മൂല്യച്യുതിയിലേക്ക് നയിക്കുമെന്നും അത് ലോകാവസാനത്തിലെത്തിക്കുമെന്നമാണ് അർഥമാക്കേണ്ടത്. 'പിച്ചക്കാർ', 'അറവുകാർ' തുടങ്ങിയവർ പാരമ്പര്യം അവകാശപ്പെടാൻ യോഗ്യരല്ലെന്ന ധ്വനി ഈ വാക്യത്തിലുണ്ടെങ്കിലും ഇടശ്ശേരിയെ പോലെ (ഇത്തറവാടിത്ത ഘോഷണത്തെപ്പോലെ/വൃത്തികെട്ടിട്ടില്ല

മറ്റൊന്നുമൂഴിയിൽ- കറുത്തചെട്ടിച്ചികൾ) ബഷീറും തറവാടിത്തഘോഷണത്തെത്തന്നെയല്ലേ ശകാരിക്കുന്നതെന്നു തോന്നാം. പക്ഷേ രണ്ടുവഴികളിലാണെന്നുമാത്രം. ഒരേ വർഷ(1951)മിറങ്ങിയതാണ് രണ്ടു കൃതികളുമെന്ന കാര്യവും ശ്രദ്ധിക്കുക. ബഷീറിൽനിന്ന് വ്യത്യസ്തമായി കൃഷിയുടെയും അദ്ധ്വാനത്തിന്റെയും മഹത്വത്തെ കാണുന്നതാണ് മാന്യമെന്ന് ഇടശ്ശേരി കരുതുന്നു. അതല്ലാതെ പാരമ്പര്യത്തെ ഘോഷിച്ച് അദ്ധ്വാനത്തെ തള്ളിപ്പറയുന്നത് അമാന്യമാണ്. 'ആന മെലിഞ്ഞാലും തൊഴുത്തിൽ കെട്ടില്ല' എന്ന പഴമൊഴി ഈ സന്ദർഭത്തിൽ അമാന്യമാകുന്നു. മറിച്ച് 'എല്ലുമുറിയേ പണിയെടുത്താൽ പല്ലുമുറിയേ തിന്നാമെന്ന' ചൊല്ല് മാന്യമാകുന്നു. നമ്മുടെ പഴഞ്ചൊല്ലുകൾ പരിശോധിച്ചാൽ മാന്യാമാന്യങ്ങളുടെ വലിയൊരു പ്രപഞ്ചംതന്നെ കാണാനാകും.

വ്യാകരണസംവർഗങ്ങൾക്ക് കൊടുക്കുന്ന ഉദാഹരണങ്ങളിൽ പോലും മാന്യം അമാന്യം എന്ന ദ്വന്ദ്വകല്പന കടന്നുവരുന്നുണ്ട്. വൈയാകാരണരുടെ മനോഭാവത്തെയാണ് ഇതു കാണിക്കുന്നത്. *കേരളപാണിനീയ*ത്തിൽ അവ്യയത്തെക്കുറിച്ച് വിവരിക്കുന്ന സന്ദർഭം ഉദാഹരണം. ദ്യോതകം എന്ന ഇനത്തിൽപ്പെട്ട പദങ്ങൾ നിപാതം, അവ്യയം ഇങ്ങനെ രണ്ടുതരത്തിലുണ്ട്. അതിൽ നിപാതങ്ങളെല്ലാം സ്വഭാവത്താൽത്തന്നെ ദ്യോതകങ്ങളാകുന്നു. അവ്യയങ്ങൾ ആദികാലത്തിൽ വാചകങ്ങളായിരുന്ന ചില പദങ്ങൾ കാലക്രമത്തിൽ അക്ഷരലോപം വന്നിട്ടും വിഭക്തികൾ ചേർക്കാതെ പ്രയോഗിച്ചുവന്നിട്ടും വാചകത്വംപോയി ദ്യോതകങ്ങളായിത്തീർന്നവയാണ്. വാചകം എന്ന വർഗത്തിലാണ് ജനിച്ചതെങ്കിലും ചില വൈകല്യങ്ങൾവന്നതുനിമിത്തം ആ വാചകത്വധർമം പോയി ദ്യോതകവർഗത്തിൽ ചേർന്നിട്ടുള്ള പദങ്ങൾ അവ്യയങ്ങൾ എന്നു ചുരുക്കം. ബ്രാഹ്മണവർഗത്തിൽ ജനിച്ചിട്ടുള്ളവരാണെങ്കിലും വൈകല്യംകൊണ്ടു ബ്രാഹ്മണ്യംപോയി ചണ്ഡാലവർഗത്തിൽ ചേർന്നിട്ടുള്ളവരെപ്പോലെയാണ് അവ്യയങ്ങളുടെ സ്ഥിതി(8). ജാത്യടിസ്ഥാനത്തിലുള്ള മാന്യതാബോധമാണ് ഇവിടെ വർത്തിക്കുന്നത്. സവർണരുടേതെല്ലാം മാന്യവും കീഴാളന്റെ അവസ്ഥ അമാന്യവുമാണെന്ന് വ്യക്തമാക്കുകയാണിവിടെ. ഏ.ആറിന്റെ ഈ പ്രത്യയ-ഉൽപത്തിബോധം ജാതി ഉൽപത്തിബോധവുമായി ബന്ധപ്പെട്ടുകിടക്കുന്നതാണ്. ബ്രഹ്മാവിന്റെ മുഖത്തുനിന്ന് ബ്രാഹ്മണരും മാറിൽനിന്ന് ക്ഷത്രിയരും അരയിൽനിന്ന് വൈശ്യരും പാദത്തിൽനിന്ന് ശൂദ്രരും ഉണ്ടായി. ഈ നാല് ജാതികളിൽ പലകാലത്തിൽ പലതരത്തിൽ പതിത്വം വന്ന് മറ്റുജാതികൾ ഉണ്ടായി. ഈ പ്രത്യയശാസ്ത്രബോധം ഏ. ആറിന്റെ ചിന്തയുടെ സ്രോതസ്സായി നിൽക്കുന്നത് കാണാം.

ഇപ്രകാരം നോക്കുമ്പോൾ കേരളീയരുടെ സംസ്കാരത്തിനു മര്യാദ കുറയുന്നതുപോലെ ഭാഷയ്ക്കും മാന്യതയില്ലെന്ന് നിരീക്ഷിക്കപ്പെട്ടിട്ടുണ്ട്. 'മാനുഷികസ്വത്വംതന്നെ മലയാളത്തിനില്ലെന്നാണ് ചിലരുടെ നിലപാട്. ഉച്ചനീചത്വത്തിന്റെ അനേകലക്ഷം പടവുകളാൽ രൂപംനൽകപ്പെട്ടതും ഓരോ ജാതിക്കും പ്രത്യേകം പ്രത്യേകമായ സർവനാമങ്ങളും അഭിസംബോധനാക്രമങ്ങൾ തുടങ്ങിയവയും നിർദേശിക്കുന്നതുമായ ഒരു ഭാഷയാണ് മലയാളം. മാനുഷികസമത്വം എന്ന സങ്കല്പംതന്നെ ഈ ഭാഷയുടെ ശ്വസിക്കുന്ന ജീവവായുവിനു വിരുദ്ധമായിട്ടായിരുന്നു ഇന്നലെവരെയുള്ള നില, ഒരതിരുവരെ ഇന്നും '(9). വിലക്കുചൊല്ലുകളെക്കുറിച്ചുമാത്രം ചിന്തിക്കുമ്പോൾ സംഭവിക്കുന്ന കാര്യമാണ് ബാലകൃഷ്ണന്റെ വാക്കുകളിലെന്ന് കാണാം. വിലക്കുചൊല്ലുകളെ വിദഗ്ധമായി മറച്ചുവെയ്ക്കാനും ഭാഷയിൽ വഴികളുണ്ട്; ആ വഴിയാണ് ശിഷ്ടോക്തിയുടേത്.

ശിഷ്ടോക്തി

വിലക്കുചൊല്ലുകളിലെ അമാന്യമായവ ഒഴിവാക്കി, മാന്യമാക്കിയതിനുശേഷം, അതേ അർഥങ്ങളിലുള്ള, മറ്റു പദങ്ങൾ ഉപയോഗിക്കുന്ന ഭാഷാതന്ത്രമാണ് ഭാഷകസമൂഹം അവലംബിക്കുന്നത്. ഇതിനെ ശിഷ്ടോക്തി (Euphemism) എന്നു വിളിക്കാം. സാമൂഹികവിലക്കുള്ളതും പ്രതിലോമപരവുമായ കാര്യങ്ങൾ തുറന്നു വെളിപ്പെടുത്തുന്നത് അമാന്യമായി ഓരോ സമൂഹവും കരുതിപ്പോരുന്നു. 'തീട്ട'ത്തെ 'മല'മാക്കിയാൽ മാന്യമായി, വിസർജ്യവസ്തുവെന്നാക്കിയാൽ കൂടുതൽ മാന്യമായി. ഇതുപോലെ ലൈംഗികാവയവങ്ങളെ സൂചിപ്പിക്കുന്ന സന്ദർഭം വരുമ്പോൾ ശിഷ്ടോക്തിയെന്ന ഭാഷാപരമായ 'വളഞ്ഞ വഴി'യാണ് മാന്യസമൂഹം സ്വീകരിക്കുക. പലപ്പോഴും അന്യഭാഷാപദങ്ങളെയാണ് ഇതിനായി ആശ്രയിക്കുന്നത്. ഏറെയും സംസ്കൃതപദങ്ങളോ ഇംഗ്ലീഷ് പദങ്ങളോ ആണ് ശിഷ്ടോക്തിക്കായി മലയാളം ഉപയോഗിക്കുന്നത്. അപ്പോൾ ലിംഗവും യോനിയും നിതംബവും മാന്യമാകുന്നു. ഇതേ സന്ദർഭത്തിൽ ഇംഗ്ലീഷ് പദങ്ങൾ ഉപയോഗിച്ച് കൂടുതൽ മാന്യരാകാം. തീണ്ടാരിയായവൾ രജസ്വലയോ ഋതുമതിയോ പുഷ്പവതിയോ മലിനിയോ ആകുന്നു. തീണ്ടാരിയായവൾ, മിക്ക പ്രദേശത്തും, സാമൂഹികവിലക്കുള്ളവളാണ്. അവളുടെ മാസമുറ, 'പീരിയഡ്സായാൽ' മാന്യമായി. ഇതൊരു സാർവലൗകികപ്രതിഭാസമാണ്.

മലയാളികളെപോലെ ആഫ്രിക്കയിലെ യോറൂബ സമൂഹത്തിനും തീണ്ടാരിയെക്കുറിക്കാൻ ധാരാളം ശിഷ്ടോക്തികൾ ഉണ്ട്. ഇംഗ്ലീഷിൽ കക്കൂസിനെ സൂചിപ്പിക്കാൻ ശിഷ്ടോക്തികൾ

ധാരാളമുണ്ട്. സമൂഹത്തിന്റെ മാനൃതാസങ്കല്പത്തിനനുസരിച്ച് കക്കൂസിനെക്കുറിക്കാനുള്ള ശിഷ്ടോക്തികളും മാറുന്നു. അങ്ങനെ 'ലാവിട്രിയിൽ തുടങ്ങി, 'ടൊയ്ലറ്റിലൂടെ' 'റസ്റ്റുറൂമിലെത്തിയ' ഇംഗ്ലീഷുകാരിപ്പോൾ ഫ്രഞ്ചിൽനിന്ന് കടമെടുത്ത 'ലൂ'വിലും നെറ്റിയിലും (Netty) എത്തിയിരിക്കുന്നു. ഫ്രഞ്ചിലെ സ്ഥലം എന്നർഥത്തിലുള്ള 'lieu', 'nettoyer' എന്നീ പദങ്ങളിൽനിന്നാണിവ രൂപം കൊണ്ടത്. കക്കൂസിൽനിന്ന് മലയാളിയും മെല്ലെ 'റസ്റ്റ് റൂമിലൂടെ' 'ലൂ'വിലേക്ക് നടന്നുകൊണ്ടിരിക്കുകയാണ്. 'ലണ്ടൻ' എന്ന പ്രയോഗം മലയാളിയുടെ കക്കൂസിന് പണ്ടേയുണ്ട്. കുട്ടികളോട് പറയുമ്പോൾ 'അപ്പിയിടലാണ്. ഇത്തരത്തിൽ പറയാൻ പാടില്ലെന്ന് വിലക്കുള്ളവയ്ക്കെല്ലാം 'ശിശുഭാഷ'യിൽതന്നെ ശിഷ്ടോക്തികളുണ്ട്. മുതിർന്നവർ പകർന്നു കൊടുക്കുന്നതാണ് ഇവ.

ജാതിശ്രേണീബദ്ധമായ സാമൂഹികാവസ്ഥയെ ആവിഷ്കരിക്കുന്ന ആചാരഭാഷയിലും ശിഷ്ടോക്തികൾ കാണാം. മരണവുമായി ബന്ധപ്പെട്ട ശിഷ്ടോക്തികൾക്ക് ഉദാഹരണം: തമ്പുരാക്കന്മാരുടെ മരണം 'നാടുനീങ്ങലും' 'തീപ്പെടുകയും' നമ്പൂതിരിമാരുടേത് 'മുടിഞ്ഞെഴുന്നള്ളലും' ആയിരുന്നു. ഇപ്പോഴും ബിഷപ്പ് തിരുമേനിമാർ 'കാലം ചെയ്യുക'-യാണ്. ഇത്തരം ആചാരപദങ്ങളിലല്ലാതെ വാമൊഴിയിലും മരണമെന്ന അസുഖകരമായ കാര്യത്തെ നേരിട്ടു സൂചിപ്പിക്കാതിരിക്കാനാണ് നാം ശ്രമിക്കുക. അതിനാൽ മരണത്തെക്കുറിക്കുന്ന ശിഷ്ടോക്തികൾ ധാരാളമായി കാണാം. സാമൂഹികക്രമം മാറുമ്പോൾ ശിഷ്ടോക്തികൾ ലുപ്തപ്രചാരങ്ങളാകുമെന്ന് ആചാരഭാഷയിലെ ശിഷ്ടോക്തികൾ കാണിക്കുന്നു. ഇംഗ്ലീഷിൽനിന്ന് കടമെടുത്ത 'നോ മോർ', 'പാസ്ഡ് എവേ' എന്നിവയും മരണസൂചകങ്ങളായ ശിഷ്ടോക്തികളാണ്. കൂടാതെ, 'ആളുപോയി', 'വിട്ടുപിരിഞ്ഞു', 'ഓർമയായി', 'പരലോകം പൂകി', 'ദേഹം വെടിഞ്ഞു' തുടങ്ങി ഒട്ടേറെ പദങ്ങൾ മലയാളത്തിൽ വേറെയുമുണ്ട്.

ശിഷ്ടോക്തികൾക്ക് ഇപ്പോൾ പല സാമൂഹികമാനങ്ങളും പ്രയോഗങ്ങളും സംഭവിച്ചിട്ടുണ്ട്. സാമൂഹികമായ വിവേചനത്തിന് എതിരായും ശിഷ്ടോക്തികൾ ഉപയോഗിക്കാം. തൊട്ടുകൂടാത്തവരെന്നും തീണ്ടിക്കൂടാത്തവരെന്നും ദളിതരെ വിശേഷിപ്പിക്കരുതെന്ന് കരുതി ദളിതർക്ക് ഗാന്ധിജി കൊടുത്ത 'ഹരിജൻ' എന്ന പദം ഇത്തരം വിവേചനങ്ങൾക്ക് എതിരായുള്ള ശിഷ്ടോക്തിക്ക് ഉദാഹരണമാണ്. സാമൂഹികമായ ശിഷ്ടോക്തി പൊതുവിടങ്ങളിൽ ഇത്രയും പ്രബലമായ രീതിയിൽ ആദ്യം നടത്തിയത് ഗാന്ധിജി തന്നെയായിരിക്കണം. ഭാഷയിലൂടെയുള്ള സാമൂഹികവിലക്കുകളെ ലംഘിക്കുകയായിരുന്നു ഗാന്ധിജി.

തങ്ങളെ ഹരിജനങ്ങൾ എന്നു വിശേഷിപ്പിക്കരുതെന്ന് ഒരു കൂട്ടം ദളിതർ പറയുമ്പോൾ ശിഷ്ടോക്തിയെ ചോദ്യം ചെയ്യുകയാണ്. ഇങ്ങനെ വിലക്കുചൊല്ലുകൾക്ക് എതിരായി രൂപംകൊള്ളുന്നവയെ പോർചൊല്ലുകൾ എന്നു വിളിക്കാം.

മനുഷ്യാവകാശസംരക്ഷണം, സ്ത്രീ-ദളിത് വിമോചനം, പരിസ്ഥിതിസംരക്ഷണം, എൽ.ജി.ബി.ടി അവകാശസംരക്ഷണം തുടങ്ങിയവ എത്രത്തോളം ജനാധിപത്യപരമാണെന്ന് ശിഷ്ടോക്തികൾ പരിശോധിച്ചാൽ അറിയാനാകും. അതുവഴി കേരളീയപൊതുമണ്ഡലം എത്രത്തോളം ജനാധിപത്യപരമാണെന്നും കാണാനാകും.

വേശ്യയെ 'ലൈംഗികത്തൊഴിലാളി'യാക്കുമ്പോൾ അമാന്യമായിക്കരുതിപ്പോന്ന തൊഴിലിനെ മാന്യമാക്കുകയാണ്. അത് മാന്യമാകുമ്പോൾ തങ്ങളുടെ അവകാശസമരങ്ങൾക്കായി പൊതു ഇടങ്ങളിൽ തുറന്ന പോരാട്ടം നടത്താൻ അവർക്ക് കഴിയുന്നു. നളിനി ജമീലയെപ്പോലുള്ളവർക്ക് ആത്മകഥ എഴുതുവാനും കഴിയുന്നു.

കോളനിരാജ്യങ്ങളെ കുറിക്കാൻ ബ്രിട്ടീഷുകാർ ഉപയോഗിച്ച പല പദങ്ങളും വിവേചനമുള്ളതാകയാൽ കൂടുതൽ ജനാധിപത്യ സ്വഭാവമുള്ളതാക്കാനുള്ള ശ്രമങ്ങൾ അവരുടെ ഭാഗത്തുനിന്നും കാണാനാകുന്നുണ്ട്. അതുകൊണ്ടാണ് 'ബാക്ക്വേഡ്'' സമൂഹം, നാൽപതുകളിൽ 'അണ്ടർ ഡെവലപ്മെന്റ്'' സമൂഹമായത്. അമ്പതുകളിൽ അത് 'ലെസ്സ് ഡെവലപ്മെന്റ്'' സമൂഹവും അറുപതുകളിൽ 'ഡെവലപ്പിങ്'' സമൂഹവും ഇപ്പോൾ 'എമേർജിങ്'' സമൂഹവുമായി മാറി. കൊളോണിയൽ ഭൃതാവേശത്തെ ഉന്മൂലനം ചെയ്യാനുള്ള രാഷ്ട്രങ്ങളുടെ തീവ്രശ്രമങ്ങളും വിവേചനങ്ങളെ ഒഴിവാക്കാനുള്ള പദങ്ങൾ തേടുന്നു. അംഗവൈകല്യമുള്ളവരെ കുറിക്കാൻ ഉപയോഗിക്കുന്ന ഭിന്നശേഷിയുള്ളവർ എന്നിങ്ങനെയുള്ള പുതുപദങ്ങൾ ഇതിന് ഉദാഹരണങ്ങളാണ്. 'ഒമ്പത്'' എന്ന് വിളിച്ച് സമൂഹം കളിയാക്കിയിരുന്ന 'ഹിജഡകൾ', 'ട്രാൻസ്ജെൻഡർ' ആകുന്നത് നാം വിവേചനരഹിതമായ മാന്യഭാഷ തേടുന്നതുകൊണ്ടാണ്(10).

ഭർത്താവിന്റെ പേര് വിളിക്കുന്നതും പരാമർശിക്കുന്നതും സംബോധനചെയ്യുന്നതും വിലക്കായുള്ള സമൂഹത്തിൽ ലിംഗപരമായ സമത്വത്തിനുവേണ്ടിയുള്ള, അതായത് ലിംഗവിവേചനരഹിതമായ ഭാഷയ്ക്കുവേണ്ടിയുള്ള പദങ്ങൾ നമ്മൾ അന്വേഷിച്ച് കണ്ടെത്തുന്നു.

ലൈംഗികചുവയുള്ള അശ്ലീലം പറയുന്നതിന് ശിഷ്ടോക്തികളെ ചിലർ ഉപയോഗിക്കാറുണ്ട്. ദ്വയാർഥപ്രകടനമെന്ന് പ്രത്യക്ഷത്തിൽ തോന്നുന്ന കാര്യമാണിത്. ഇതിന് ഉദാഹരണമാണ്: ഒരു സ്കൂളിലെ

സ്റ്റാഫ്റൂമിൽ വില്പനയ്ക്ക് കൊണ്ടുവന്ന സാരി വാങ്ങിക്കൊണ്ടിരിക്കുന്ന ടീച്ചറോട് വരാന്തയിൽ നിന്ന് ഒരു അധ്യാപകൻ വിളിച്ചുപറയുന്നു: 'ടീച്ചറെ ആ സാരിയൊന്ന് പൊക്കി കാണിക്കു'. ടീച്ചറടക്കമുള്ള ആളുകൾ ആ ഫലിതം ആസ്വദിച്ചു. ഇവിടെ അശ്ലീലത്തെ നേരിട്ടുസൂചിപ്പിക്കുന്ന പദങ്ങൾ ഉപയോഗിക്കാതെ തന്നെ അശ്ലീലം പറഞ്ഞു. അതായത് ഇത്തരത്തിലുള്ള ദ്വയാർഥപ്രകടനങ്ങൾക്ക് ശിഷ്ടോക്തികൾ ധാരാളമായി ഉപയോഗിക്കുന്നുണ്ട്.

ജാതി-ലിംഗ-വരുമാന-വിദ്യാഭ്യാസം തുടങ്ങിയവയിൽനിന്നുണ്ടാകുന്ന സാമൂഹികവിവേചനങ്ങൾ ഒഴിവാക്കാൻ ശിഷ്ടോക്തികൾക്കാകും. അതു സാധ്യമല്ലാത്ത സാഹചര്യങ്ങളിൽ വിലക്കുചൊല്ലുകൾക്ക് എതിരായി പോർചൊല്ലുകൾ ഉടലെടുക്കുന്നു.

ചില ശിഷ്ടോക്തികൾ സാമൂഹികമായ അംഗീകാരം നേടി നിഘണ്ടുവിൽ പുതു അർഥമായി നിലകൊള്ളും. ഉദാഹരണത്തിന് ഇംഗ്ലീഷിലെ കെയർടേക്കറിന് 'ശവസംസ്കാരക്രിയ ചെയ്യുന്നവൻ', 'ശ്മശാനം സൂക്ഷിപ്പുകാരൻ' എന്നൊക്കെയായിരുന്നു അർഥം. ഇപ്പോൾ 'കാര്യങ്ങൾ നോക്കി നടത്തുന്നയാളായി'. സാമൂഹികമനോഭാവത്തിന്റെ പ്രകടനങ്ങൾക്കൊപ്പം ഭാഷയും മാറുന്നു. സാമൂഹികചലനക്ഷമതയെ ആദ്യം ഏറ്റു വാങ്ങുന്നത് ഭാഷയാണ്. അതിന് ഉത്തമദൃഷ്ടാന്തമാണ്, സാമൂഹികചലനത്തോടൊപ്പം പരിണമിച്ചുകൊണ്ടിരിക്കുന്ന ശിഷ്ടോക്തികൾ.

അല്പം അർഥവിചാരം

ശകാരവാക്കുകളുടെ ഭാഷാസ്വഭാവം പരിഗണിക്കുമ്പോൾ മനസ്സിലാക്കാവുന്നൊരു കാര്യം ആദത്തപദങ്ങളായി ധാരാളം പദങ്ങൾ മലയാളത്തിൽ വരുന്നുണ്ട്. അറബിക്, തമിഴ്, ഇംഗ്ലീഷ്, ഹിന്ദി മുതലായവയിൽനിന്നുള്ള സ്വാംശീകരണം മലയാളത്തിലെ ശകാരവാക്കുകളിലുമുണ്ടെന്ന് കാണാം. 'സുവറും' 'പുറമ്പോക്കും' 'കച്ചറാലോകും' 'ചപ്രാസിയും' 'ഫക്കും' 'ബാസ്ററാർഡു'മൊക്കെ അങ്ങനെ വന്നവയാണ്. ഇവ കൂടാതെ ലൈംഗികാവയവങ്ങളെ സൂചിപ്പിക്കുന്ന പദങ്ങളോട് ലിംഗപ്രത്യയം ചേർത്തും വിലക്കുചൊല്ലുകൾ ഉണ്ടാക്കാം, കുണ്ണൻ, പൂറി എന്നിങ്ങനെ. (സമസ്തപദത്തിൽ വരുമ്പോൾ ചില പദങ്ങൾ തെറിയല്ലാതെയും വരും.) ഉദാ- 1. നാറി എന്നത് കൈനാറി, നറുംനെയ്യ്, 2. മയിര് ചെമ്മരിയാട്.

'ചൊപ്പ' (മദാമ്മ ചൊപ്പ) ഇവയെല്ലാം എങ്ങനെ ഒരുകാര്യം മനസ്സിലാക്കിയെടുക്കുന്നുവെന്നതിന്റെ അടിസ്ഥാനത്തിൽ രൂപപ്പെടുന്നതാണ്.

ശകാരത്തിന്റെ തീവ്രതകൂട്ടാനും അതിനെ ശിഷ്ടോക്തിയാക്കാനും ആദത്തപദങ്ങൾക്ക് കഴിയുന്നു. വാക്കുകൾക്കൊണ്ടുള്ള ക്ഷതമാണ് ശാപവാക്കുകൾ. 'നീ ചത്തുപോട്ടെ', 'പണ്ടാറടക്കട്ടേ', 'തുലഞ്ഞുപോട്ടെ', 'ഇടിത്തീവീഴട്ടേ' എന്നിങ്ങനെ. (ഈണവും ശകാരപദങ്ങളുടെ തീവ്രത നിർണയിക്കുന്ന ഘടകമാണ്). *ന്റുപ്പുപ്പക്കൊരാനേണ്ടാർന്നു* എന്ന നോവലിൽ കുഞ്ഞുതാച്ചുമ്മ കുഞ്ഞുപാത്തുമ്മയെ ശപിക്കുന്നത് ഇങ്ങനെ: 'ഹറാമ്പിറന്നോളേ എമ്പോക്കി അപരാതി നിന്നെ കാലപാമ്പ് കടിക്കും'. വാച്യാർഥത്തെപോലും ശകാരവാക്കാക്കുന്നത് ഈണമാണ്. ചില മൂളലുകൾ അസ്വസ്ഥതയുണ്ടാക്കുന്നതും ദുരർഥം സൂചിപ്പിക്കുന്നതും ഈണത്തിനുള്ള പ്രാധാന്യത്തെയാണ് കാണിക്കുന്നത്.

ശിഷ്ടോക്തികളും വിലക്കുചൊല്ലുകളും വൈകാരികാർഥത്തിന്റെ ആവിഷ്കാരങ്ങളാണ്. ഇവ വെറും വാർത്താനിവേദനങ്ങളല്ല. മറ്റൊരാളുടെ പെരുമാറ്റത്തെയും വീക്ഷണത്തെയും സ്വാധീനിക്കുന്നതിനാൽ ഇവയ്ക്ക് നിയോജകധർമമാണുള്ളത്. വിലക്കുചൊല്ലുകൾ വക്തൃപക്ഷത്തെയും ശിഷ്ടോക്തി അന്യരെയുമാണ് സാമാന്യമായി ലക്ഷ്യമാക്കുന്നത്. വിലക്കുചൊല്ലുകൾ അഭിധാർഥത്തിന്റെ അപചയമാണെന്ന് കാണാം. അതിനെ ഭംഗിപ്പെടുത്തുകയാണ് ശിഷ്ടോക്തികൾ. വിലക്കുചൊല്ലുകൾക്ക് സമൂഹം വിലക്കു കല്പിച്ചിരിക്കുന്നതിനാൽ അവ പ്രയോഗിക്കുന്നത് അമാന്യമാണ്. എന്നാൽ അവയിലെ അമാന്യഘടകങ്ങളെ ഒഴിവാക്കിപ്പറഞ്ഞാൽ ശിഷ്ടോക്തിയായി; അത് മാന്യവുമായി. ഇവ രണ്ടും സങ്കല്പനവുമായി ബന്ധപ്പെട്ടവയാണ്. ഒരു വ്യക്തി തനിക്കു ചുറ്റുമുള്ള കാര്യങ്ങളെ മനസ്സിലാക്കിയെടുക്കുന്ന പ്രക്രിയയാണ് സങ്കല്പനം. ഭൗതികയാഥാർഥ്യത്തിൽ വേരോട്ടമുള്ള മാനസികപ്രതിഭാസമാണിത്. ഭാഷാർഥവും മനുഷ്യന്റെ ധിഷണയും തമ്മിലുള്ള അഭേദ്യമായ ബന്ധത്തിന്റെ വിവിധമാനങ്ങളാണ് ഇവയിൽ പ്രകടമാകുന്നത്. അർഥപൂർണമായ ആശയഗ്രഹണത്തിന് അടിസ്ഥാനം സമഗ്രതയാണ്. ദൃശ്യങ്ങളും സന്ദർഭങ്ങളും സ്വമനസ്സിന്റെ ചില അംശങ്ങളും കൂട്ടിക്കലർത്തി നാം ലോകത്തെ മനസ്സിലാക്കുകയാണ്. മനുഷ്യൻ കാണുന്നതും ചിന്തിക്കുന്നതും ഒരു സന്ദർഭത്തിന്റെ സമഗ്രതയിൽ വ്യഖ്യാനിക്കപ്പെടേണ്ടതാണ്. അംശത്തേക്കാൾ സാകല്യത്തിനാണ് ഇവിടെ പ്രാധാന്യം.

നമ്മുടെ സങ്കല്പനരീതിയാണ് ശകാരഭാഷയ്ക്കും നിദാനമെന്നതിനാൽ എന്തും നമുക്ക് പച്ചത്തെറിയോ ചുട്ടതെറിയോ ആക്കിമാറ്റാം. ഉദാഹരണത്തിന്: ഇപ്പോൾ 'മലയാളസാഹിത്യത്തിൽ ആശാന്റെ നളിനിയല്ല നളിനി ജമീലമാരാണുള്ളത്'' എന്ന് ഒരാൾ പറയുമ്പോൾ

'നളിനി ജമീല' എന്ന വ്യക്തിനാമം തെറിപദമായി മാറുകയാണ്. സാമൂഹികാവസ്ഥകളെ വ്യക്തികൾ എങ്ങനെ സങ്കല്പനം ചെയ്യുന്നുവെന്നതിന്റെ അടിസ്ഥാനത്തിലാണ് ശ്ലീലവും അശ്ലീലവും രൂപപ്പെടുന്നത്. അവ ഭാഷയിലേക്ക് ആവിഷ്കരിക്കുവാനുള്ള ശ്രമമാണ് പിന്നീട് നടക്കുന്നത്. അതിനാൽ അസ്വസ്ഥതകളുടെയും കോപ-താപനിലകളുടെയും തോതനുസരിച്ച് മെറ്റഫറുകൾ രൂപപ്പെടുന്നു.

വസ്തുപശ്ചാത്തലം

വസ്തു-പശ്ചാത്തലബന്ധം, അടുപ്പം, സാദൃശ്യം, തുടർച്ച, അടച്ചുകാണൽ, താരതമ്യം തുടങ്ങിയവയെല്ലാം കാര്യങ്ങൾ സമഗ്രമായി മനസ്സിലാക്കാൻ വ്യക്തിയെ സഹായിക്കുന്നു. സമഗ്രവീക്ഷണമാണ് വ്യക്തിയുടെ ഉൾക്കാഴ്ചക്ക് നിദാനം. വ്യക്തിയും ചുറ്റുപാടും കൂടികലർന്ന ഒരു തലം രൂപപ്പെട്ടുവരുന്നു. ഈ തലം മനസ്സിലാക്കി അതിനെ ക്രമേണ യോജിപ്പിക്കുന്ന പ്രക്രിയയാണ് ഉൾക്കാഴ്ച.

ജാതി, മതം, ലിംഗം, സമ്പത്ത്, അറിവ് എന്നിങ്ങനെയുള്ളവ അടിസ്ഥാനമാക്കി രൂപപ്പെടുന്ന ശ്രേണീകരണവും അതുവഴി വരുന്ന അധികാരബോധവുമാണ് ശകാരവാക്കുകളുടെ പശ്ചാത്തലം. വസ്തു ശകാരവാക്കുകൾതന്നെ. വരേണ്യവർഗത്തിന് സമൂഹത്തെക്കുറിച്ചുള്ള സങ്കല്പമാണ് ശിഷ്ടോക്തിയുടെ പശ്ചാത്തലം. വസ്തു ശിഷ്ടോക്തിയും. ഇക്കാര്യത്തെ സമഗ്രമായി മനസ്സിലാക്കാവുന്ന ഒന്നാണ് ശകാരവാക്കുകൾ. പലതും മുൻപ് സൂചിപ്പിച്ചതുപോലെ മെറ്റഫർ അഥവാ ലക്ഷകമാണ്.

ഒന്നിനെ മറ്റൊന്നിനോട് ബന്ധപ്പെടുത്തി ചിന്തിക്കാനുള്ള നമ്മുടെ കഴിവിന്റെ പ്രതിഫലനമാണ് മെറ്റഫർ അഥവാ സങ്കല്പനലക്ഷകങ്ങൾ. അലങ്കാരശാസ്ത്രത്തിലെ രൂപകത്തിൽനിന്ന് വ്യത്യസ്തമാണ് ധൈഷണികഭാഷാശാസ്ത്രത്തിന്റെ മെറ്റഫറിനെക്കുറിച്ചുള്ള വീക്ഷണം എന്നതിനാലാണ് അവരുടെ 'conceptual metaphor'എന്ന ആശയത്തെ കുറിക്കാൻ ഇവിടെ സങ്കല്പനലക്ഷകം എന്നു ഉപയോഗിക്കുന്നത്. നമ്മൾ ലോകത്തെ എങ്ങനെ മനസ്സിലാക്കുന്നുവെന്നതിന്റെ ആവിഷ്കാരമാണ് സങ്കല്പനലക്ഷകം. പരിചിതമായ അർഥത്തിന്റെയും (സ്രോതസ്ഥലത്തിന്റെയും) പുതുവർഥത്തിന്റെയും (ലക്ഷ്യതലത്തിന്റെയും) മാനസികമായ അടയാളപ്പെടുത്തലാണ് സങ്കല്പനലക്ഷകത്തിൽ നടക്കുന്നത്. ഉദാഹരണത്തിന് 'പൃഷ്ടി എന്നാൽ പച്ചപ്പാണ്'' എന്ന സങ്കല്പനത്തിന്റെ ലക്ഷകാവിഷ്കാരമാണ് 'നീ ഒന്നു പച്ച പിടിച്ചല്ലോ' എന്ന പ്രയോഗം. സസ്യലോകമാണ് ഇവിടെ സ്രോതസ്ഥലം. മനുഷ്യന്റെ സാമ്പത്തികമായ ഉന്നമനമാണ്

ലക്ഷ്യതലം. മുമ്പ് ക്ഷയിച്ചുപോയ ആരോഗ്യമുള്ള ഒരാളുടെ മെച്ചപ്പെട്ട ആരോഗ്യനിലയെ കാണിക്കുവാനും ഇതു പ്രയോഗിക്കാം.

വിലക്കുചൊല്ലിൽ ലക്ഷകംവരുന്നതിന് ഉദാഹരണം: 1. എഴുത്തുകാർ കുരച്ചാൽ നടക്കില്ല, 2. അമേരിക്കൻ നക്കി, 3. കമ്യൂണിസ്റ്റുകാർ എന്ന കരിമ്പാറയിൽ കടിച്ച പല്ലുകളയുന്നവൻ. നായയുമായി ബന്ധപ്പെട്ടകാര്യമാണ് മൂന്നു വാക്യങ്ങളിലുമുള്ളത്. അതിനാൽ സ്രോതസ്ഥലം നായയുടെ ലോകമാണ്. വിവരക്കേട് കാഷ്ഠിക്കുക എന്നിടത്ത് സ്രോതസ്ഥലം പക്ഷിയാകുന്നു. വിവരക്കേട് എഴുന്നെള്ളിക്കൽ ആകുമ്പോൾ ഉത്സവലോകം അതിന്റെ സ്രോതസ്ഥലമാകുന്നു.

കൂടാതെ വിലക്കുചൊല്ലുകളും ശിഷ്ടോക്തികളും മനസ്സിലാക്കുന്നത് സർവവിജ്ഞാനപരതയുടെ അടിസ്ഥാനത്തിലാണ്. വാച്യാർഥത്തേക്കാൾ ലക്ഷ്യാർഥമാണ് പ്രാഥമികമെന്നകാര്യം ശിഷ്ടോക്തിയിൽനിന്ന് വ്യക്തമാകും. 'രാമനൊരു ബിജുരാധാകൃഷ്ണനാണെന്ന്'' പറഞ്ഞാൽ 'രാമൻ' അമാന്യനാണ്. പക്ഷേ അത് അറിയണമെങ്കിൽ 'ബിജുരാധാകൃഷ്ണൻ' എന്ന ആളെയും അയാളുടെ പ്രവൃത്തിയും അറിഞ്ഞിരിക്കണം. അത് അറിയാത്ത ഒരാളെ സംബന്ധിച്ചിടത്തോളം അതൊരു വ്യക്തിനാമം മാത്രമാണ്. ഈ അറിവിന്റെ അടിസ്ഥാനത്തിൽ മലയാളത്തിൽ എന്തും തെറിയാകും. വാച്യാർഥം തെറിയാകുന്നതിന് ചില ഉദാഹരണങ്ങൾ നോക്കുക: നായർ എന്ന ജാതിനാമം 'നിന്റെ അമ്മേടെ നായരാകുമ്പോൾ' ശകാരവാക്കാകുന്നു. അതുപോലെ 'മലപ്പുറം' എന്ന ദേശനാമം 'നിന്റെ തന്തേന്റെ മലപ്പുറമാകുമ്പോഴും' ശകാരവാക്കാകുന്നു.

ഭാഷയ്ക്കുപരിയായി അവ സമൂഹത്തിന്റെ നിലപാടായി നിൽക്കുന്നതുകൊണ്ടാണ് അത് സങ്കല്പഘടനയുമായി ബന്ധപ്പെടുന്നത്. ഇക്കാര്യത്തെ സങ്കല്പനലക്ഷകങ്ങൾ ഉപയോഗിച്ച് വെളിപ്പെടുത്തുവെന്നുമാത്രം. സാമൂഹികബന്ധങ്ങളിലും കുടുംബബന്ധങ്ങളിലും അധികാരത്തിന്റെ അസമത്വങ്ങൾ ഉള്ളടങ്ങിയ ഭാഷയാണിത്. സവർണരുടെ ജീവിതസങ്കല്പത്തിന് ആദരവുകൊടുത്തുകൊണ്ടുണ്ടാക്കിയ മാന്യതാസങ്കല്പമാണ് മലയാളത്തിൽ ഏറെയും. എങ്കിലും ഇവ മുകളിൽനിന്ന് താഴേക്കുമാത്രം പ്രസരിക്കുന്നതാണെന്ന് കരുതുന്നതിൽ അർഥമില്ല.

ഉപസംഹാരം

ദായക്രമത്തിന്റേയും നാട്ടുവാഴിത്തത്തിന്റേയും അധിനിവേശത്തിന്റേയും അധികാരവ്യവസ്ഥകളും പോരാട്ടങ്ങളുമാണ് മലയാളത്തിലെ മാന്യ-അമാന്യവഴികളെ നിശ്ചയിച്ചിരുന്നത്.

അധിനിവേശാനന്തരസമൂഹമാകട്ടേ മറ്റൊരുതരത്തിൽ ചില മാനദണ്ഡങ്ങൾവെച്ചുപുലർത്തുന്നുണ്ട്. വിലക്കുചൊല്ലുകൾക്ക് സാമൂഹികവും ധൈഷണികവുമായ പ്രാധാന്യമുണ്ട്. കൂടുതൽ മാന്യൻമാരാകുക, സുതാര്യമാകുക എന്നതാണ് പൊതുതാത്പര്യം. അതുകൊണ്ടാണ് രാഷ്ട്രീയപ്പ്ലീനങ്ങൾപോലും വ്യക്തിശുദ്ധിയുടെ പ്രാധാന്യത്തെക്കുറിച്ചുപറയുന്നത്. ചുരുക്കിപ്പറഞ്ഞാൽ പ്രത്യയശാസ്ത്രത്തിന്റെ അടിസ്ഥാനത്തിൽ വ്യതിരിക്തമാണെങ്കിലും കൂടുതൽ മാന്യമാകുകയെന്നതാണ് സ്വീകാര്യം. അതു എത്രത്തോളം പ്രാവർത്തികമാകുന്നുവെന്നറിയാൻ ഭാഷയിലേക്ക് നോക്കിയാൽ മതി. തെറിമലയാളം തെളിമലയാളമാകുന്നതും തെളിമലയാളം മാന്യമലയാളമാകുന്നതും മനസ്സിലാക്കാനാകും. മാത്രമല്ല എത്രത്തോളം ജനാധിപത്യസ്വഭാവം പുലർത്തുന്നതാണ് നമ്മുടെ സമൂഹമെന്നറിയാൻ വിലക്കുചൊല്ലുകളും ശിഷ്ടോക്തികളും പരിശോധിച്ചാൽ അറിയാനാകും

കുറിപ്പ് (ആധാരം)

(1) (5)ഉദയകുമാർ. 2013. കേരളീയനവോത്ഥാനത്തിന്റെ ഭൂമിക. പത്തൊമ്പതാം നൂറ്റാണ്ടിലെ മലയാളനോവലുകൾ ഇന്ന് വായിക്കുമ്പോൾ എന്ന പേരിൽ *നാലുപേരിലൊരുത്തൻ അഥവാ നാടകാദ്യം കവിത്വം* എന്ന നോവലിന് എഴുതിയ അവതാരിക കാണുക.

(2) ശ്രീകണ്ഠേശ്വരം പത്മനാഭപിള്ള. 2010. *ശബ്ദതാരാവലി*, കോട്ടയം: ഡി.സി. ബുക്സ്.

(3) രാഘവവാരിയർ, എം.ആർ. 2006. *അമ്മവഴി* കേരളം, തൃശ്ശൂർ: കേരളസാഹിത്യ അക്കാദമി.

(4) ഗിരിഷ്, പി.എം. 2012 *സമകാലികമലയാളവാരിക*. മെയ്.

(6) *സമകാലികമലയാളവാരിക*. (ഒക്ടോബർ. 2013-25)

(7) പ്രഭാകരവാരിയർ, കെ.എം. 1989. *മലയാളസാഹിത്യപഠനങ്ങൾ*. കോട്ടയം: ഡി.സി. ബുക്സ്.

(8) രാജരാജവർമ്മ, ഏ.ആർ. 1982. *കേരളപാണിനീയം*. കോട്ടയം: ഡി.സി. ബുക്സ്.

(9) ബാലകൃഷ്ണൻ, പി.കെ. 2008/2004. *കേരളീയതയും* മറ്റും. കോട്ടയം: ഡി.സി. ബുക്സ്

(10) ഗിരിഷ്, പി.എം. language café, www.saikatham.com.

●

തമിഴ്നാട് എന്ന ഭാഷാസമരഭൂമി

ആമുഖം

'രണ്ടായിരം വർഷത്തെ പഴക്കമുള്ളതും ലോകത്തിൽ ഏതാണ്ട് എൺപത് മില്യൻ ജനങ്ങൾ സംസാരിക്കുന്നതുമായ ഭാഷയാണ് തമിഴ്; മലയാളത്തോടുള്ള അടുപ്പത്തിന്റെ ഫലമായി നാം 'അമ്മ'യെന്നും 'സഹോദരി'യെന്നും 'അടുത്ത ബന്ധുവെന്നും വിളിക്കുന്ന ഭാഷ.

സൂര്യനോടും ചന്ദ്രനോടും നക്ഷത്രങ്ങളോടും കടലിനോടും ഒപ്പം ജനിച്ചതെന്ന് കവി ഭാരതിദാസൻ വിശേഷിപ്പിച്ച ഭാഷ'. അകമെന്നും പുറമെന്നും വിഷയത്തിന്റെ അടിസ്ഥാനത്തിൽ വേർതിരിക്കപ്പെട്ട സംഘസാഹിത്യംകൊണ്ട് സമ്പുഷ്ടമായ ഭാഷ. പാണ്ഡ്യരാജാക്കന്മാരും പല്ലവന്മാരും പ്രോത്സാഹിപ്പിച്ച് സമ്പുഷ്ടമാക്കിയ ഭാഷ. സംസ്കൃതത്തിന് വ്യക്തമായ സ്വാധീനമുള്ള ഭാഷ. എന്നിങ്ങനെ തമിഴിന് വിശേഷണങ്ങൾ ഏറെയാണ്. സംസ്കൃതം ദേവഭാഷയാണെന്ന പോലെ തമിഴ് ദേവഭാഷയായിട്ടാണ് തമിഴർ കരുതിപ്പോരുന്നത്.

സംഘസാഹിത്യത്തോടൊപ്പം എണ്ണാവുന്ന ഇന്ത്യൻ സംസ്കാരത്തിന്റെ മറ്റൊരു വശമാണ് തമിഴ് നാട്ടിലെ ഭക്തിപ്രസ്ഥാനം. പാൻ ഇന്ത്യൻ സംസ്കാരത്തിന് തെക്കൻ തമിഴ് സംസ്കാരത്തിന്റെ

അതിശക്തമായ ഏക സംഭാവന എന്നാണ് '*തമിഴിന്റെ ജീവചരിത്രം*' (*Tamil: A Biography*) എന്ന പുസ്തകമെഴുതിയ ഡേവിഡ് ഷൂൾമാൻ (2016) ഭക്തിപ്രസ്ഥാനത്തെ വിലയിരുത്തുന്നത്. ഭക്തിപ്രസ്ഥാനത്തെ ബ്രഹ്മണപ്രതിരോധപ്രസ്ഥാനമെന്ന് വിശേഷിപ്പിക്കാറുണ്ട്. സച്ചിദാനന്ദൻ തമിഴ് ഭക്തിപ്രസ്ഥാനത്തെ പ്രതിസംസ്കാരമായാണ് വിലയിരുത്തുന്നത്. തമിഴ്നാട്ടിലെ ഭക്തിപ്രസ്ഥാനത്തിന്റെ അലയൊലികൾ മറ്റൊരുതരത്തിൽ കേരളത്തിലും പ്രതിധ്വനിച്ചിട്ടുണ്ടെന്ന് സച്ചിദാനന്ദൻ പറയുന്നു: 'പതിനാറാം നൂറ്റാണ്ടിൽ ജീവിച്ചിരുന്ന തിരുമൂലരുടെ തിരുമന്തിരത്തിലെ 'ജാതിയൊന്ന് കടവുൾ ഒന്ന്'' എന്ന ആശയമാണ് സാമൂഹിക പരിഷ്കർത്താവായ ശ്രീനാരായണ ഗുരു ഏറ്റെടുത്ത് 'ഒരു ജാതി ഒരു മതം ഒരു ദൈവം മനുഷ്യന്'' എന്ന ആപ്തവാക്യമാക്കി' മാറ്റിയതത്രേ.

13 മുതൽ 16 വരെയുള്ള കാലഘട്ടം തമിഴ്നാട്ടിലെ തീവ്രമായ പരീക്ഷണങ്ങളുടെ കാലഘട്ടമായാണ് ഷൂൾമാൻ വിലയിരുത്തുന്നത്. തെങ്കാശി നവോത്ഥാനമെന്ന് ഷൂൾമാൻ വിളിക്കുന്ന പത്തൊമ്പതാം നൂറ്റാണ്ടിൽ ഉയിർക്കൊണ്ട എഴുത്തുകളിൽനിന്നാണ് തമിഴിൽ ആധുനികത കടന്നുവരുന്നത്.

നല്ല – ശുദ്ധവാദം

തമിഴ് ഭാഷാവികസനവുമായി ചിന്തിക്കുമ്പോൾ 'നല്ല' എന്ന പ്രയോഗത്തിന് രാഷ്ട്രീയ പ്രാധാന്യമുണ്ട്. അണ്ണാമലൈ എഴുതിയ ലേഖനം ഇക്കാര്യത്തെ സാധൂകരിക്കുന്നു.

നല്ല തമിഴ്, നല്ല പെൺ, നല്ല ചാവ്, നല്ല പാമ്പ്, നല്ല കതൈ, നല്ല വിലൈ, നല്ല പാൽ, നല്ല കറുപ്പ്, നല്ല വെയിൽ, നല്ല എണ്ണൈ. ഇപ്രകാരം ധാരാളം പ്രയോഗങ്ങൾ തമിഴിലുണ്ട്. ഇവ മുൻനിർത്തി ആലോചിക്കുമ്പോൾ നല്ല എന്ന വാക്ക് മൂന്ന് കാര്യങ്ങളെ ഉൾക്കൊള്ളുന്നുണ്ട്. 1. അഭിലഷണീയം (സംസ്കാരമൂല്യം) 2. മേലെ (അനുഭവം) 3. നിയമം (ഉത്തമദൃഷ്ടാന്തം). കെട്ട എന്നതാണ് ഇതിന്റെ വിപരീതാർഥം. *പുറനാനൂറിൽ* കാണുന്ന നറ്റമിഴ് എന്നതാണ് പ്രാചീനം. നന്മ എന്ന പദത്തിൽനിന്നാണ് നല്ല ഉണ്ടായത്. നല്ല എന്നതിന് ശുദ്ധം എന്നും നിയമാനുസൃതം എന്നും തന്മ(തനി) എന്നും അർഥമുണ്ട്. ഈ അർഥം താരതമ്യേന പുതുതാണ്. സംസ്കൃതവാക്കുകൾ ഒഴിവാക്കികൊണ്ട് തമിഴ്നാട്ടിൽ മുപ്പതുകളിൽ നടന്ന ശുദ്ധവാദം ഈ പദത്തിന് രാഷ്ട്രീയമാനം നൽകി. പിന്നീട് അത് ബ്രാഹ്മണവിരുദ്ധപ്രക്ഷോഭങ്ങളോട് ചേർക്കപ്പെട്ടു. തനിത്തമിഴ് അഥവാ നല്ല തമിഴ് എന്നത് ശുദ്ധതമിഴ്വാദത്തിലേക്ക് നയിച്ചുവെന്നർഥം.

സംസ്കൃതവാക്കുകൾക്കും ഇംഗ്ലീഷ് വാക്കുകൾക്കും തത്തുല്യമായ തമിഴ് പദങ്ങൾ കണ്ടെത്താനുള്ള ശ്രമം ഇതിന്റെ ഭാഗമായി ഉണ്ടായി. നിഘണ്ടുപരമായും വ്യാകരണപരമായും ശുദ്ധമായ തമിഴ് ഉണ്ടാക്കാനുള്ള യജ്ഞം ആരംഭിച്ചു. വ്യാകരണശുദ്ധവാദം അക്ഷരമാല തനിദ്രാവിഡമായിരിക്കണമെന്ന് അനുശാസിച്ചു. പഴന്തമിഴിനെ പ്രതിനിധീകരിക്കുന്നത് പതിനാലാം നൂറ്റാണ്ടിലെഴുതപ്പെട്ട *നന്നൂൽ* ആണെന്ന വിശ്വാസത്തോടെ അതിന്റെ വ്യാകരണഘടനയിലേക്ക് തിരിച്ചുപോകാനുള്ള ആഹ്വാനം തമിഴ് ശുദ്ധവാദികളിൽനിന്നുണ്ടായി. തമിഴ് വ്യാകരണത്തിന്റെ കന്യകാത്വം നഷ്ടപ്പെടാൻ പാടില്ലെന്ന് അവർ കരുതി. കന്നിത്തമിഴ് എന്ന പ്രയോഗംതന്നെ ഇപ്രകാരമുണ്ടായതാണ്. *തൊൽകാപ്പിയ*കാലഘട്ടത്തിനുശേഷം തമിഴിൽവന്ന മാറ്റങ്ങളെ *നന്നൂൽ* അഭിസംബോധനചെയ്യുന്നുണ്ടെന്ന കാര്യം ഇവർ സൗകര്യപൂർവം മറന്നു. സ്വാതന്ത്ര്യാനന്തരം നല്ലതമിഴ്വാദം പുതിയ തലം കൈവരിച്ചു. സാധാരണക്കാർക്കുകൂടി മനസ്സിലാകുന്ന തരത്തിൽ തെറ്റില്ലാത്ത തമിഴ് ഉപയോഗിക്കാനുള്ള ആഹ്വാനമായി നല്ലതമിഴ്വാദം മാറി. ആദ്യകാലഘട്ടത്തിൽ അവ സാധാരണക്കാരായ തമിഴരിൽനിന്ന് വ്യാകരണപരമായി നിഘണ്ടുപരമായും കാഠിന്യം നിറഞ്ഞതായിരുന്നതിനാൽ അകന്നുനിന്നു. അച്ചടിമാധ്യമങ്ങളും സാഹിത്യവും ശാസ്ത്രവുമെല്ലാം എളിയ തമിഴിൽ എഴുതണമെന്ന നിഷ്കർഷ നല്ല തമിഴ് വാദക്കാർ മുന്നോട്ടുവെച്ചു.

ഏകഭാഷിതത്വത്തിലേക്കുള്ള ആഹ്വാനമാണ് മാതൃഭാഷാവാദത്തിന്റെ പ്രധാന പൊരുൾ. വ്യത്യസ്ത ഗോത്രങ്ങളിൽപ്പെട്ട ഭാഷകൾ ഒരുപോലെ വ്യവഹാരത്തിലുള്ള പ്രദേശമെന്നർഥത്തിലാണ് ഇന്ത്യയെ ഭാഷാക്ഷേത്രം അഥവാ ലിങ്ഗ്വിസ്റ്റിക് ഏരിയ എന്ന് വിശേഷിപ്പിക്കുന്നത്. ഇക്കാര്യത്തിന് തീരെ പരിഗണനകൊടുക്കാതെയായിരുന്നു ഭാഷാധിഷ്ഠിത സംസ്ഥാനരൂപീകരണത്തിന് നാം മുതിർന്നത്. ഒരേ ഭാഷ ഒരേ ജനത എന്ന ആശയം പ്രാവർത്തികമാകുമ്പോൾ ഉണ്ടാകുന്ന ഭാഷാ-സംസ്കാരിക-സാമ്പത്തികവികസനത്തിന് വേഗം കൂടുമെന്ന പരികല്പനയും ഇതിന് പിന്നിലുണ്ടായിരിക്കണം. തമിഴ് ഭാഷയെ ആസ്പദമാക്കി ബഹുഭാഷിതത്വത്തിൽനിന്ന് ഏകഭാഷിതത്വത്തിലേക്ക് മാറിയപ്പോൾ ഭാഷയ്ക്കുണ്ടായ പരിണതികൾ ഡേവിഡ് ഷൂൾമാൻ (2016) പരിശോധിക്കുന്നുണ്ട്.

'തെലുങ്കിലെ ആദ്യകവിയായ നന്നയ്യയ്ക്ക് സംഘകാലസസാഹിത്യത്തെക്കുറിച്ചറിയാം. ആധുനികകവികളിൽ എത്രപേർക്ക് സംഘകാലത്തെക്കുറിച്ച് അറിവുണ്ട്? പതിനാറാം നൂറ്റാണ്ടിൽ വിജയനഗരസാമ്രാജ്യം ഭരിച്ചിരുന്ന കവിയായ കൃഷ്ണദേവരായരെക്കുറിച്ച് തമിഴ്

കവികൾക്കും അറിയാമായിരുന്നു. അദ്ദേഹം എഴുതിയ *ആമുക്ത മാല്യഡ* ഇന്ന് തമിഴിൽ എത്രപേർക്ക് അറിയാം? പഴയ കാലത്ത് തഞ്ചാവൂർ കൊട്ടാരകവികൾക്ക് അഞ്ച് ഭാഷകളിൽ കാവ്യം ചമയ്ക്കാൻ അറിയാമായിരുന്നു. ഇതെല്ലാം നഷ്ടമായി' (2016:317). ഭാഷയുടെ അടിസ്ഥാനത്തിലുള്ള ആധിപത്യവും പ്രതിരോധവും നടന്നുകൊണ്ടിരിക്കുന്നത് ഖേദകരമായ കാര്യമാണ്. വളരെ സ്വാഭാവികമായി ഒരാൾക്ക് ഏത് ഭാഷയും പഠിച്ചെടുക്കാനുള്ള സാഹചര്യമാണ് ഉണ്ടാകേണ്ടത്. ഇത് സഹവർത്തിത്വത്തിന്റെയും അസ്തിത്വത്തിന്റെയും പ്രശ്നമാണ്.

മാതൃഭാഷാപ്രേമം ഭാഷാഭ്രാന്തിനും ഭാഷോന്നമനത്തിനും ഇടയിലുള്ള നൂൽപ്പാലമാണെന്ന് ഓർമിക്കാൻ തമിഴ്നാടൻ ഭാഷാനുഭവങ്ങൾ വഴിയൊരുക്കുമെന്നതിനാൽ ചില കാര്യങ്ങൾ ഇവിടെ സൂചിപ്പിക്കുന്നു.

മാതൃഭാഷാസംരക്ഷണം

വീടും പറമ്പും വാങ്ങുന്നതുപോലെ കമ്പ്യൂട്ടറും മൊബൈയിൽഫോണും വാങ്ങുന്നതുപോലെ വാങ്ങാവുന്ന ചരക്കല്ല മാതൃഭാഷ. ഇന്നത്തെ സാഹചര്യത്തിൽ അതു സംരക്ഷണവുമായി അഥവാ 'കെയറിങ്ങുമായി' ബന്ധപ്പെട്ട കാര്യമാണ്. കെയറിങ്ങ്, ഉത്തരവാദിത്വം ഏറ്റെടുക്കലാണ്. അസാമാന്യധൈര്യവും ചങ്കുറപ്പും ആവശ്യമുള്ള കാര്യമാണ്. സംരക്ഷണത്തിന്റെ സദാചാരബോധത്തിലാണ് ഭരണകൂടങ്ങൾ നിലനിൽക്കുന്നത്. അതിനാൽ മാതൃഭാഷാസംരക്ഷണം ജനങ്ങളുടെയും ഭരണകൂടത്തിന്റെയും ഉത്തരവാദിത്വമാണ്. അത്തരമൊരു ഉത്തരവാദിത്വം ഇന്ത്യയിൽ വളരെ വിരളമായ സംസ്ഥാനങ്ങൾക്കേയുള്ളൂ.

മാതൃഭാഷാസംരക്ഷണം എന്നാൽ മറ്റ് ഭാഷകളെ എതിർപക്ഷത്തു നിർത്തി മാതൃഭാഷയെമാത്രം വളർത്തുന്ന ഏർപ്പാടല്ല. അത്തരമൊരു സംരക്ഷണം ഗുണപരവുമല്ല. തമിഴ്നാട്ടിൽ ഭാഷാന്യൂനപക്ഷവിദ്യാലയങ്ങളിൽ തമിഴ് നിർബന്ധവിഷയമാക്കിക്കൊണ്ടുള്ള ഉത്തരവ് നടപ്പാക്കിക്കൊണ്ടിരിക്കുന്ന പ്രതിലോമപരമായ സന്ദർഭത്തിലും അവർ മാതൃഭാഷയ്ക്കുവേണ്ടി ചെയ്യുന്ന കൊള്ളാവുന്നതും തള്ളാവുന്നതുമായ കാര്യങ്ങളിലേക്ക് ഭരണകൂടവും മലയാളവാദികളും കടന്നുചെല്ലേണ്ടതുണ്ട്.

മൊഴി കാവൽ

ഭരണകൂടത്തിന്റെ സംരക്ഷണവിഷയമാണ് ഭാഷ എന്ന വിശ്വാസമുള്ളതുകൊണ്ടാണ് തമിഴ്ഭാഷ, വെല്ലുവിളികൾ നേരിട്ട സന്ദർഭത്തിൽ

അതിന്റെ സംരക്ഷണം ഏറ്റെടുത്ത അന്നത്തെ മുഖ്യമന്ത്രി കരുണാനിധിയെ 'ഭാഷാസംരക്ഷകൻ' എന്നർഥം വരുന്ന 'മൊഴികാവലാർ' എന്ന തമിഴ് ജനത വിശേഷിപ്പിച്ചത്. ആ വിശേഷണത്തിന് അർഹമാക്കിയ സാഹചര്യംകൂടി നോക്കുക: 2010 ജൂൺ 27 ന് കോയമ്പത്തൂരിൽവെച്ചു നടന്ന ഒന്നാം ചെമ്മൊഴി മാനാടിന്റെ സമാപനസമ്മേളനത്തിൽ അന്നത്തെ മുഖ്യമന്ത്രിയായിരുന്ന കലൈഞ്ജർ കരുണാനിധിയുടെ വാക്കുകൾ ഇങ്ങനെ: "ജനാവഗണനകൊണ്ട് ഉപയോഗശൂന്യമായ ഭാഷയായി തമിഴ് അധപ്പതിച്ചിരിക്കുന്നു". തമിഴ്ഭാഷയിൽ ജനങ്ങൾക്കൊരു ഉത്തരവാദിത്വവുമില്ലെന്ന ധ്വനി ഈ വാക്യത്തിലുണ്ട്. സർക്കാറിന്റെ ഭാഗത്തുനിന്നുള്ള പ്രതിവിധി അതേ സമ്മേളനത്തിൽവെച്ച് അദ്ദേഹം പ്രഖ്യാപിച്ചു. 'തമിഴ് മീഡിയം പള്ളിക്കൂടങ്ങളിൽ പഠിക്കുന്നവർക്ക് പ്രത്യേക ജോലി സംവരണം ഏർപ്പെടുത്തും' എന്നതായിരുന്നു അത്. അത് വീൺവാക്കായില്ല. കരുണാനിധിയുടെ പുതിയ സ്കീം അനുസരിച്ചുള്ള ആദ്യത്തെ നിയമനം 2010 ജൂലായ് ഒമ്പതിന് നടന്നു. തുടർന്ന് തമിഴ് സർക്കാർസ്കൂളിൽ പഠിക്കുന്നവർക്ക് 20% പ്രത്യേക ജോലി സംവരണം ഏർപ്പെടുത്തുകയും ചെയ്തു. ഈ പ്രഖ്യാപനം കുറിക്കുകൊണ്ടുവെന്നതിന്റെ അടയാളമാണ് 'മൊഴികാവലാൾ' എന്ന വിളിപ്പേർ. ഭാഷ തമിഴരുടെ വികാരമായതിനാലാണ് അതൊരു രാഷ്ട്രീയ ഉപകരണമാകുന്നത്.

ഭാഷാസമരഭൂമി

ഭാഷയോടുള്ള ഇത്തരം മനോഭാവത്തിന്റെ ദീർഘകാലചരിത്രം തമിഴ്നാടിന് പറയാനുണ്ട്. ഇന്ത്യൻ സ്വാതന്ത്ര്യസമരപൂർവകാലഘട്ടത്തിലും സ്വാതന്ത്ര്യാനന്തരകാലഘട്ടത്തിലും ഹിന്ദിക്ക് എതിരേ തമിഴ്നാട്ടിൽ നടന്ന സമരങ്ങൾ ശ്രദ്ധേയമായിരുന്നുവെന്ന് ഈ സന്ദർഭത്തിൽ ഓർക്കാവുന്നതാണ്. മദ്രാസ് പ്രവിശ്യയിലെ പള്ളിക്കൂടങ്ങളിൽ ഹിന്ദി നിർബന്ധമാക്കുക എന്നതിന് എതിരായിട്ട്, 1937ൽ നടന്ന സമരമാണ് ഹിന്ദിക്ക് എതിരെ തമിഴ്നാട്ടിൽ നടന്ന ആദ്യത്തെ പ്രതിഷേധം. തുടർന്ന് എത്രയെത്ര ഭാഷാസമരങ്ങൾ. എത്രയെത്ര ഭാഷാരക്തസാക്ഷികൾ. തമിഴ് സംസ്കാരത്തോടും ഭാഷയോടും അഭിമാനംപുലർത്തുന്നതിന് പ്രധാന ഘടകമായിത്തീർന്ന മറ്റൊരു സംഗതി ദ്രാവിഡപ്രസ്ഥാനമാണ്. തിരാവിട ഇയക്കം യഥാർഥത്തിൽ തമിഴ് ഭാഷാസ്വത്വരാഷ്ട്രീയത്തിന്റെ ഭാഗമാകുന്നത് ഈ പ്രസ്ഥാനത്തിന്റെ ആവിർഭാവത്തോടുകൂടിയാണ്.തമിഴ്നാട് ഒരു ഭാഷാസമരഭൂമിയാണ്. വിശിഷ്യാ മദ്രാസ്. മദ്രാസിന്റെ ബഹുഭാഷാസ്വഭാവമാണ് ഇന്ത്യയ്ക്ക് സ്വാതന്ത്ര്യം കിട്ടിയതിനുശേഷം നടന്ന ഭാഷാസമരത്തിന് കാരണമായത്.

മലയാളിയെ സംബന്ധിച്ചിടത്തോളം ഭാഷ ഒരു സമരമാർഗമാകുന്നത് ഈ അടുത്തകാലത്താണ്. തമിഴ്നാട്ടിൽനിന്ന് വ്യത്യസ്തമായ സമരരീതിയുമാണത്. മാതൃഭാഷ എന്ന നിലയ്ക്ക് തമിഴിന്റെ വളർച്ചയ്ക്കായി ഭരണകൂടവും ജനങ്ങളും ചെയ്യുന്ന മാതൃകപരമായി കാര്യങ്ങളിലൊന്ന് കണ്ണോടിക്കാവുന്നതാണ്.

ഭാഷയും രാഷ്ട്രീയവും

മാതൃഭാഷ തമിഴ് അല്ലാത്ത മുഖ്യമന്ത്രിമാർ ഭരിച്ചാലും ഭാഷയുടെ കാര്യത്തിൽ സവിശേഷ ശ്രദ്ധചെലുത്തും. ഭാഷ തമിഴരുടെ ഉയിരും മണ്ണുമാണ്. (ഉടൽ മണ്ണുക്ക് ഉയിർ തമിഴിന് എന്നാണ് ആപ്തവാക്യം). ഇതു തമിഴരുടെ പൊതുവികാരമാണ്.

തമിഴ് ഭാഷാവികസനവുമായി തമിഴ്നാട് സർക്കാർ ചെയ്യുന്ന പ്രധാനകാര്യങ്ങൾ, തമിഴ് ഡെവൽപ്പ്മെന്റ് ആന്റ് ഇൻഫോർമേഷൻ വിഭാഗ (തമിഴ് വളർച്ചിത്തുറൈ) ത്തിന്റെ നേതൃത്വത്തിലാണ് നടപ്പിലാക്കുന്നത്. ഇന്റർനേഷണൽ ഇൻസ്റ്റിറ്റ്യൂട്ട് ഓഫ് തമിൾ സ്റ്റഡീസ്, തമിഴ് യൂണിവേഴ്സിറ്റി, ഡയറക്ടറേറ്റ് ഓഫ് തമിൾ എറ്റിമോളജിക്കൽ പ്രോജക്ട്, അറിവിയൽ തമിൾ മന്റ്റം, സെക്രട്ടറിയേറ്റിലെ വിവർത്തനവിഭാഗം എന്നീ സ്ഥാപനങ്ങൾ ഈ വിഭാഗത്തിന്റെ മേൽനോട്ടത്തിലാണ് പ്രവർത്തിക്കുന്നത്.

തമിഴ് വളർച്ചിത്തുറൈയുടെ മേൽനോട്ടത്തിൽ ധാരാളം കാര്യങ്ങൾ നടപ്പിലാക്കുന്നുണ്ട്. സർക്കാർ പുറപ്പെടുവിക്കുന്ന എഴുത്തുകൾ തമിഴിലാക്കുക. തമിൾ ചെയർ സ്ഥാപിക്കുക, തമിഴ് സാഹിത്യത്തെ ദേശസാത്കരിക്കുക, അന്യസംസ്ഥാനങ്ങളിൽ തമിഴ് ഭാഷയുടെ ഉന്നമനത്തിനായി സാമ്പത്തികസഹായം നൽകുക, ഭാഷാസ്ഥാപനങ്ങൾ രൂപവത്കരിക്കുക, തമിഴ്നാടിന്റെ ചരിത്രക്കുറിപ്പുകൾ തയ്യാറാക്കുക, മറ്റു ഭാഷകളിൽനിന്ന് തമിഴിലേക്കും തമിഴിൽനിന്ന് മറ്റുഭാഷകളിലേക്കും വിവർത്തനം ചെയ്യപ്പെടുന്ന കൃതികൾക്ക് അവാർഡ് നൽകുക, തമിഴ് വികസനം ഏറ്റെടുത്തിരിക്കുന്ന അറിവിയൽ മന്ട്രത്തിന് സാമ്പത്തികസഹായം നൽകുക. ഭാഷാസംരക്ഷണം ഏറ്റെടുക്കുന്ന വ്യക്തികൾക്ക് സാമ്പത്തികസഹായം നൽകുക. തമിഴ് അതിർത്തി സംരക്ഷകർക്കുള്ള സാമ്പത്തിക സഹായം നൽകുക, മുതിർന്ന പണ്ഡിതന്മാർക്ക് 'കുരൽ' എന്ന പേരിൽ അറിയപ്പെടുന്ന അവാർഡ് നൽകുക, തിരുവള്ളുവർ ഉത്സവം സംഘടിപ്പിക്കുക, തമിഴ് സാഹിത്യചിന്തയുടെ സർവവിജ്ഞാനകോശം നിർമിക്കുക, നഗരങ്ങൾക്ക് തമിഴ് നാമകരണം നൽകുക, തമിഴ് ലോകസമ്മേളനം നടത്തുക, ഇന്റർനേഷനൽ സ്റ്റഡീസിനുള്ള സാമ്പത്തിക സഹായം നൽകുക

എന്നിവയെല്ലാം ഇതിൽ ഉൾപ്പെടുന്നു. തമിൾ ട്രാൻസ്ലേഷൻ വിങ് വിവർത്തനങ്ങൾക്കായിമാത്രം നിലകൊള്ളുന്നു. തമിഴ് വെർച്വൽ യൂണിവേഴ്സിറ്റിയാണ് ഭാഷാവികസനത്തിനായി നിലകൊള്ളുന്ന മറ്റൊരു സ്ഥാപനം.

തമിഴ് ജനതയും മാതൃഭാഷയും

തമിഴിൽനിന്ന് സംസ്കൃതപദങ്ങളെയും ഇംഗ്ലീഷ് പദങ്ങളെയും ഒഴിവാക്കി എത്രത്തോളം സംശുദ്ധിനിലനിർത്താം എന്ന കാര്യവും ചിലർ ആലോചിക്കുന്നുണ്ട്.

തമിഴരെ സംബന്ധിച്ചിടത്തോളം ഭാഷാസംരക്ഷണം ശുദ്ധിവാദവുമായി ബന്ധപ്പെട്ടതാണ്. മേധാവിത്വഭാഷകളായ സംസ്കൃതം, ഹിന്ദി, ഇംഗ്ലീഷ് എന്നിവ തമിഴ്ഭാഷയിൽ ചെലുത്തുന്ന സ്വാധീനം ഇല്ലാതാക്കാൻ സർക്കാറിനോടൊപ്പം ജനങ്ങളും പ്രതിജ്ഞാബദ്ധരാണ്. തമിഴ്ഭാഷയെ എല്ലാ തലങ്ങളിലും സ്വയംപര്യാപ്തമാക്കാനുള്ള ശ്രമത്തിന്റെ ഭാഗമായിട്ടാണ് ഇപ്രകാരം ചെയ്യുന്നതെന്ന് അവർ പറയുമെങ്കിലും മുഴുവനും മുഖവിലയ്ക്ക് എടുക്കാനാവില്ല.

'തമിൾ ട്രിബ്യൂൺ' എന്ന പേരിൽ തമിഴ്ഭാഷയോടുള്ള ആദരവ് പ്രകടമാക്കുന്ന ഇംഗ്ലീഷിലുള്ള ഓൺലൈൻ മാസിക ശ്രദ്ധേയമായ കാൽവെപ്പാണ്. തമിഴർക്ക് ഭാഷാപരമായി വേണ്ടാത്തത് ഇന്നതൊക്കെയാണെന്ന് തുറന്നുപറയാനുള്ള സൈബറിടമായി മാറിയിരിക്കുന്നു ഇത്. ഇതുപോലെ പല മാസികകളും തമിഴിലും ഇംഗ്ലീഷിലുമായി പ്രചരിപ്പിക്കപ്പെടുന്നുണ്ട്. എന്നാൽ സംസാരത്തിൽ മലയാളികളേക്കാൾ ഇംഗ്ലീഷ് കലർത്തിപ്പറയുന്നവരാണ് തമിഴരിൽ ഭൂരിഭാഗവും. സംസ്കൃതപദങ്ങളുടെ തദ്ഭവരൂപങ്ങളും ധാരാളം കാണുന്നുണ്ട്. സാങ്കേതികപദാവലികൾ പലതിനും തമിഴ്പദങ്ങൾ കണ്ടെത്തുന്നുണ്ടെങ്കിലും സംസാരഭാഷയിൽ ഇംഗ്ലീഷ്തന്നെയാണ് തമിഴർക്ക് പ്രിയം. 'മിൻതുക്കി'യല്ല ലിഫ്റ്റാണ് പ്രിയമെന്നർഥം.

ഭാഷാസ്ഥാപനങ്ങൾ

തമിഴ്ഭാഷയുടെയും സാഹിത്യത്തിന്റെയും വികസനത്തിനായി പ്രവർത്തിക്കുന്ന ചില സ്ഥാപനങ്ങൾ പ്രാചീനതമിഴിന്റെയും സമകാലിക തമിഴിന്റെയും ആരോഗ്യകേന്ദ്രങ്ങൾ എന്നതുപോലെ പ്രവർത്തിക്കുന്നു.

1. ഉലകതമിഴ് ആരായ്ച്ചി നിറുവനം (ഇന്റർനേഷണൽ ഇൻസ്റ്റിറ്റ്യൂട്ട് ഓഫ് തമിൾ സ്റ്റഡീസ്) തമിഴ്നാട് സർക്കാരിന്റെയും യുനസ്കോയുടെയും നേതൃത്വത്തിൽ നടക്കുന്ന

സ്ഥാപനമാണിത്. തമിഴ് സാഹിത്യം, കല, സംസ്കാരം, സാമൂഹികവിജ്ഞാനം, ഭാഷാശാസ്ത്രം എന്നീ വിഷയങ്ങളിൽ ഗവേഷണത്തിൽ ഏർപ്പെട്ടുകയും പുസ്തകരൂപത്തിൽ അവ പ്രസിദ്ധീകരിക്കുകയും ചെയ്യുന്നു.

2. ചെമ്മൊഴി തമിഴായവ് മത്തിയ നിറുവനം (ദി സെൻട്രൽ ഇൻസ്റ്റിട്യൂട്ട് ഓഫ് ക്ലാസിക്കൽ തമിഴ്) 2008-ൽ സ്ഥാപിതമായി. ഈ സ്ഥാപനം അന്താരാഷ്ട്രനിലവാരത്തിലുള്ള ഭാഷാഗവേഷണത്തിൽ മുഴുകിയിരിക്കുന്നു. പ്രാചീനസാഹിത്യത്തിന് വിശിഷ്യാ സംഘകാലസാഹിത്യത്തിനും ഭാഷയ്ക്കും പ്രാധാന്യം നൽകുന്നു. വിപുലമായ പ്രോജക്ടുകൾ നടപ്പിലാക്കിക്കൊണ്ടിരിക്കുകയാണ് 'ചെമ്മൊഴി തമിഴായവ് മത്തിയ നിറുവനം'. ക്ലാസിക്കൽ തമിഴിന്റെ വിഷ്വൽ എപ്പിസോഡ്, ക്ലാസിക്കൽ തമിഴിന്റെ കോർപ്പസ് തയ്യാറാക്കൽ, ഓൺലൈൻ പഠനം, ദ്രാവിഡഭാഷാതാരതമ്യപഠനം, പ്രാചീനതമിഴിന്റെ ഡിജിറ്റൽ ലൈബ്രറി, തമിഴ് പ്രാദേശികഭാഷാഭേദത്തിന്റെ ഏകകാലികവും ബഹുകാലികവുമായ പഠനം, ക്ലാസിക്കൽ തമിഴ്- അന്തർവിജ്ഞാനപഠനം, ചരിത്രാത്മക തമിഴ് വ്യാകരണം, പ്രാചീനകൃതികളുടെ വിവർത്തനം, തമിഴ് സവിശേഷ ആനുകാലികങ്ങൾ എന്നിങ്ങനെ നീളുന്നു അവ. മാത്രമല്ല തമിഴ് പ്രോജക്ടുകൾ, പുസ്തകപ്രസിദ്ധീകരണം, ആനുകാലികങ്ങളുടെ പ്രസിദ്ധീകരണം എന്നിവയ്ക്കായി ഗ്രാന്റ് - ഇൻ-എയ്ഡ് പദ്ധതിയുമുണ്ട്. കൂടാതെ ക്ലാസിക്കൽ തമിഴ് ഓൺലൈനായി പഠിപ്പിക്കുന്നുമുണ്ട്.

തമിഴിന്റെ മറ്റു പ്രത്യേകതകൾ

വിദേശരാജ്യങ്ങളിലുള്ള അംഗീകാരം - ശ്രീലങ്ക, സിങ്കപ്പൂർ, എന്നിവടങ്ങളിലെ ഔദ്യോഗികഭാഷയാണ് തമിഴ്. മലേഷ്യ, മലായ്, എന്നിവടങ്ങളിൽ തമിഴ് പഠിപ്പിക്കുന്നുണ്ട്. വിദേശരാജ്യങ്ങളിലെ പ്രീസ്കൂൾ തമിഴ് ഏറെ ശ്രദ്ധേയമാണ്

മൾട്ടിനേഷനൽ കമ്പനികളും തമിഴും

മൾട്ടിനേഷനൽ കമ്പനികൾക്കായി മാറിമാറിവരുന്ന സർക്കാറുകൾ വാതിലുകൾ തുറന്നിട്ടിരിക്കുകയാണ്. അവിടെയും തമിഴർ ഭാഷ വിട്ടുകളിക്കില്ല. ഇതറിയാവുന്ന മൈക്രോസോഫ്ടുകാർ വിൻഡോസ് ഒപ്പറേറ്റിങ്ങ് സിസ്റ്റം തമിഴിലാക്കി. കൂടാതെ വിൻഡോസിൽ ഉപയോഗിക്കുന്ന ഇംഗ്ലീഷ് കമന്റുകൾക്ക് തത്തുല്യമായ തമിഴ്വാക്കുകൾ നിർദ്ദേശിക്കാൻ കമ്പനിക്കാർ തമിഴ്ജനതയോട് ആവശ്യപ്പെട്ടു.

ആവേശപൂർവം തമിഴ്ജനത അത് ഏറ്റെടുത്തു. തഞ്ചാവൂരിലെ തമിഴ് സർവകലാശാല അതിന് പ്രത്യേകം താത്പര്യം കാണിച്ചു. എയർടെൽ ടെലികമ്മ്യൂണിക്കേഷൻ തമിഴ് നാട്ടിൽ വന്നപ്പോഴും തമിഴ്വികാരത്തെ മാനിച്ചിരുന്നു. 2008-ൽ അവർ തമിഴ് വോയ്സ് പോർട്ടൽ ഉണ്ടാക്കി. 'എയർടെൽ ഉങ്കൾ വോയ്സ്' എന്നായിരുന്നു അതിനു പേരിട്ടിരുന്നത്. തമിഴ് ജനതയുടെ വികാരംമാനിച്ച് പിന്നീട് അത് 'എയർടെൽ ഉങ്കൾ വിരുപ്പം' എന്നാക്കി മാറ്റി. തമിഴരുടെ ആഗ്രഹം നിറവേറി; കമ്പനിയ്ക്ക് അധികലാഭവും. ശ്രദ്ധേയമായ മറ്റൊരുകാര്യംകൂടി നടക്കുന്നുണ്ട് ഇവിടെ. കൃത്യമായി റ്റൈംറ്റേബിൾവെച്ച് മൾട്ടിനേഷനൽ കമ്പനികളുടെ മാധ്യമഭാഷ ഇംഗ്ലീഷിൽനിന്ന് തമിഴിലേക്ക് മാറ്റണമെന്ന് ചിലർ ആവശ്യപ്പെട്ടുകൊണ്ടിരിക്കുകയാണ്.

ഇന്റർനെറ്റ് ഭാഷയായി മാറിയ ആദ്യത്തെ ദക്ഷിണേന്ത്യൻ ഭാഷകളിലൊന്ന് തമിഴാണ്. തമിഴുമായി ബന്ധപ്പെട്ട ആയിരത്തിലധികം വെബ്സൈറ്റുകൾ ഇന്നു നിലവിലുണ്ട്. വേഡ് പ്രോസസ്സിങ്ങും ഇ-മെയിലും തൊണ്ണൂറുകളിൽതന്നെ നിലവിൽവന്നു. തമിഴിനെ ഇന്റർനെറ്റ് അനുയോജ്യഭാഷയാക്കാനായി, സിങ്കപ്പൂർ, മലേഷ്യ തുടങ്ങിയ രാജ്യങ്ങൾ സഹായിക്കുന്നുണ്ട്.

കോടതിവ്യവഹാരഭാഷ സമ്പൂർണമായും തമിഴാക്കാനും ഇന്ത്യൻ ഔദ്യോഗികഭാഷയായി തമിഴിനെ അംഗീകരിപ്പിക്കാനുമുള്ള ശ്രമം സർക്കാർതലത്തിൽ നടക്കുന്നുണ്ട്. ഭാഷ ജനവികാരമായതിനാൽ തന്നെ ഭാഷയ്ക്കുവേണ്ടി പ്രത്യക്ഷത്തിൽ അങ്കംവെട്ടാൻ രാഷ്ട്രീയപാർട്ടികൾ സന്നദ്ധരാണ്. തമിഴ് ക്ലാസിക്കൽഭാഷയായി ഉയരുന്നതുതന്നെ അത്തരമൊരു രാഷ്ട്രീയപോരാട്ടത്തിന്റെ ഭാഗമായിട്ടാണ്.

ഭാഷയ്ക്ക് എതിരായിവരുന്ന മറ്റൊരു ഭാഷയുടെ മേധാവിത്വത്തെ വേണ്ട സമയത്തുതന്നെ രാഷ്ട്രീയമായി നേരിടുവാൻ ഭരണകൂടങ്ങൾ സദാ ജാഗരൂകരാവുന്നു.

എല്ലാ ദക്ഷിണേന്ത്യൻ യൂണിവേഴ്സിറ്റികളിലും ഹിന്ദി പ്രാഥമിക ഭാഷയാക്കണമെന്ന കേന്ദ്രസർക്കാരിന്റെ ഉത്തരവിനെ തമിഴ്നാട് സർക്കാർ എതിർത്തത് ഈയടുത്തകാലത്തെ ഉദാഹരണമാണ്. മാത്രമല്ല നരേന്ദ്രമോദിസർക്കാറിന്റെ സംസ്കൃതവാരാചാരണവും ഭാഷയ്ക്കുമേലുള്ള മേധാവിത്വമുറപ്പിക്കലാണെന്ന് കണ്ടെത്തി സർക്കാർ അക്കാര്യവും പ്രതിഷേധത്തോടെ വേണ്ടെന്ന് വെച്ചു. എല്ലാ വിദ്യാലയങ്ങളിലും തമിഴ് നിർബന്ധഭാഷയാക്കാനുള്ള ഉത്തരവും സർക്കാർ കൊണ്ടുവന്നു.

ഭാഷയുടെ ജനകീയവത്കരണം

ഭാഷാസ്വത്വബോധത്തിന്റെ ആവിഷ്കാരങ്ങളാണ് ഇന്ന് തമിഴ് നാട്ടിൽ നടന്നുകൊണ്ടിരിക്കുന്നത്. ഭാഷയെ ജനകീയവത്കരിക്കുക എന്നത് അതിന്റെ ഭാഗമാകുന്നു. അതിനായി അവർ ചെയ്യുന്ന കാര്യങ്ങൾ:

1. തമിഴ് സിനിമകൾക്ക് തമിഴ്പേർമാത്രം സ്വീകരിക്കുക
2. തമിഴ് സാംസ്കാരിക നായകരുടെ പേരുകൾ സ്ഥാപനങ്ങൾക്കും പാതകൾക്കും നൽകുക. പഴയ ഇംഗ്ലീഷ് പേരുകൾ മാറ്റി തമിഴ് പേരുകൾ നൽകുക. അതോടൊപ്പം തമിഴ്ഭാഷയ്ക്കും സംസ്കാരത്തിനും സംഭാവന നൽകിയവരുടെ പേരുകൾ അവർ ഇംഗ്ലീഷുകാരാണെങ്കിൽക്കൂടി നിലനിർത്തുക; എഫ്. ഡബ്ലിയു. എല്ലീസിന്റെ പേരിലുള്ള റോഡ് ഇപ്പോഴും നിലനിർത്തുന്നത് ഉദാഹരണം.
3. പരസ്യങ്ങൾ, ബസ്സ് ബോർഡുകൾ എന്നിവയെല്ലാം തമിഴിലാക്കിക്കഴിഞ്ഞു.
4. കോടതിഭാഷ തമിഴ് ആക്കാനുള്ള ശ്രമം തുടരുന്നു.
5. സർവകലാശാലയിലെ അക്കാദമികപ്രബന്ധങ്ങൾ, തീസിസുകൾ തമിഴിൽ എഴുതിയാൽ സാമ്പത്തികസഹായം നൽകുക.
6. തമിഴ് ബോധനമാധ്യമമായി സാങ്കേതികവിഷയങ്ങൾ പഠിപ്പിക്കുക.

ഉപസംഹാരം

മലയാളികളിൽനിന്ന് തികച്ചും വ്യത്യസ്തമായ മാതൃഭാഷാബോധമാണ് തമിഴ് ഭാഷകർക്കുള്ളത്. ഭാഷാഷോവനിസംപോലുള്ള പ്രതിലോമകാര്യങ്ങളെ പിന്തള്ളി മാതൃഭാഷയുടെ ഉന്നമനത്തിനുവേണ്ടി ജനങ്ങളും സർക്കാറും കൈക്കൊള്ളുന്ന ചില കാര്യങ്ങൾ മലയാളവാദികളുടെ അജൻഡയിൽ ഉൾപ്പെടുത്താവുന്നതാണ്. മനോന്മണിയം പെ. സുന്ദരംപിള്ള രചിച്ച തമിഴ്ത്തായ്വാഴ്ത്തുപോലുള്ളൊരു ദേശഗീതം മലയാളികൾക്ക് ഒരുക്കാവുന്നതാണ്. സർക്കാർ ചടങ്ങുകൾ, വിദ്യാഭ്യാസസ്ഥാപനങ്ങളിലെ ചടങ്ങുകളിലും ഈ ഗീതം പരിപാടിയുടെ തുടക്കത്തിൽതന്നെ അവതരിപ്പിക്കാം. നാടിനോടും ഭാഷയോടുമുള്ള കൂറു പ്രഖ്യാപിക്കുന്നതോടൊപ്പം വിദ്യാർഥികളിലും മറ്റും ഭാഷാഭിമാനബോധമുളവാക്കാനും ഇതിലൂടെ കഴിയും. തമിഴിന്റെ വളർച്ചയ്ക്കായി തഞ്ചാവൂർ തമിഴ് സർവകലാശാല നടപ്പിലാക്കിയ വളർതമിഴ് എഫ്.

എം. 91.2 എന്ന മട്ടിൽ മലയാളഭാഷയുടെ എല്ലാതലങ്ങളെയും ബന്ധിപ്പിക്കുന്ന തരത്തിൽ ഒരു എഫ്.എം. റേഡിയോ കൊണ്ടുവരണം. അതോടൊപ്പം മലയാളഭാഷയ്ക്കുവേണ്ടിമാത്രമൊരു ചാനലും അവർ മുൻകൈ എടുത്തുനടത്തേണ്ടതാണ്. കേരളത്തിൽ സ്ഥാപിക്കപ്പെട്ടുന്ന മൾട്ടിനേഷൽ കമ്പനികൾ പ്രധാനമായും ഐ.ടി കമ്പനികൾ, ഇംഗ്ലീഷിനോടൊപ്പം മലയാളത്തെയും വികസിപ്പിക്കുന്നതരത്തിൽ പരിപാടികൾ ആസൂത്രണം ചെയ്യേണ്ടത് നിർബന്ധമാക്കുക.

'മലയാളമേ' എന്ന് മലയാളികൾ അമിതവാത്സല്യത്തോടെ ഒരു നേതാവിനെയും സംബോധന ചെയ്തിട്ടുണ്ടാകുകില്ല. അത്തരമൊരു ഭാഷാധിഷ്ഠതലോകവീക്ഷണമല്ല മലയാളിയുടേത്. എന്നാൽ 'ചെമ്മൊഴിയേ', 'തായ്ത്തമിഴേ' എന്നൊക്കെ രാഷ്ട്രീയനേതാക്കളെ സംബോധനചെയ്യാൻ തമിഴർക്ക് മടിയില്ല. അങ്ങനെ വിളിക്കപ്പെടുന്നത് അഭിമാനകരമായ അംഗീകരമാണവർക്ക്. മാതൃഭാഷയെമാത്രം പോഷിപ്പിക്കുന്ന ഏർപ്പാടായി മാതൃഭാഷാസ്നേഹം മാറിയാൽ വരാവുന്ന ദോഷങ്ങൾ തിരിച്ചറിയാനും മാതൃഭാഷാസംരക്ഷണം ജനങ്ങളുടെയും ഭരണകൂടത്തിന്റെയും സർവകലാശാലകൾപോലുള്ള അക്കാദമിക സ്ഥാപനങ്ങളുടെയും കൂട്ടായ പ്രവർത്തനമാകുമ്പോൾ ഉണ്ടാകുന്ന ഗുണങ്ങൾ മനസ്സിലാക്കാനും മലയാളികൾ തമിഴ്നാടിനെ കാര്യമായി പഠിക്കണം. മാതൃഭാഷയ്ക്കുവേണ്ടി എന്തു ചെയ്യരുത്, എന്തു ചെയ്യണം എന്ന മനസ്സിലാക്കാനുള്ള ഉത്തമ ഉപാധിയായിരിക്കുമത്.

Reference

Satchidanandan, K. 2017. *Bhakti as Counter Culture: The Tradition of Spiritual Dissent in India*. Tirur: Thunchath Ezhuthachan Annual Lecture Serious.

Shulman, David. 2016. *Tamil: A Biography*. London: The Belknap Press of Harvard University Press.

●

ആത്മം അപരം

ആമുഖം

മനുഷ്യൻ അടിസ്ഥാനപരമായും വ്യാകരണജീവിയാണെന്ന സങ്കല്പം മുന്നോട്ടുവെച്ചത് നോം ചോംസ്കിയാണ്. ആത്മത്തെയും അപരത്തെയും ആവിഷ്കരിക്കുന്ന ആത്മകഥകളെ സംബന്ധിച്ചിടത്തോളം ഭാഷയ്ക്ക് വളരെ പ്രധാന്യമുണ്ട്. ഭാഷയുടെ പ്രാധാന്യം എന്നതുകൊണ്ട് ആത്മകഥയിൽ ആവിഷ്കരിക്കുന്ന ഭാഷാരീതിയോ ശൈലിവിശേഷമോ അല്ല ഇവിടെ ഉദ്ദേശിക്കുന്നത്. പറയുന്ന ഭംഗികൊണ്ടും ഉപയോഗിക്കുന്ന ഭാഷയുടെ ലാളിത്യംകൊണ്ടും ശ്രദ്ധേയങ്ങളായ ആത്മകഥകൾ മലയാളത്തിൽ ധാരാളമായി കാണാം. അതുപോലെ ചെറിയ സംഭവങ്ങളിലൂടെ എഴുതുന്ന സ്മരണകളും ബാല്യംമുതൽ സമകാലികാവസ്ഥവരെ വിവരിക്കുന്ന ആഗമികരീതിയിലുള്ള ആത്മകഥകളും മലയാളത്തിലുണ്ട്. അവയിൽ എഴുത്തുകാർ സ്വീകരിക്കുന്ന ഭാഷാനിലപാടുകളും ആത്മകഥ എഴുതുന്നവരുടെ ജീവിതകാലഘട്ടത്തിൽ പൊതുസമൂഹം പുലർത്തിപ്പോരുന്ന ഭാഷാനിലപാടുകളും കടന്നുവരാം. അതായത് മാതൃഭാഷയോടും മറ്റ് ഭാഷകളോടും ആത്മകഥ എഴുതുന്നവർ പുലർത്തിപ്പോരുന്ന ഭാഷാമനോഭാവം ആത്മകഥകളെ സംബന്ധിച്ചിടത്തോളം പ്രസക്തമാണ്. ദയാഭായിയുടെ ജീവിതസ്മരണകളേയും എസ്. ഗുപ്തൻനായരുടെ *മനസാ സ്മരാമി* എന്ന ആത്മകഥയേയും ആസ്പദമാക്കി ആത്മകഥകളിലെ ഭാഷാമനോഭാവത്തെ പരിശോധിക്കുകയാണ് ഈ പ്രബന്ധത്തിന്റെ ലക്ഷ്യം.

മലയാള ആത്മകഥകളിൽ തെളിഞ്ഞും ഒളിഞ്ഞും കാണുന്ന ജാതി-ലിംഗ-മത-രാഷ്ട്രീയ സ്വത്വങ്ങളോടുള്ള നിലപാടുകൾ

പഠിക്കപ്പെട്ടിട്ടുണ്ടെങ്കിലും ഭാഷാമനോഭാവം പൊതുവെ ചർച്ചചെയ്യപ്പെട്ടിട്ടില്ല. എങ്കിലും ആത്മകഥയിൽ ഭാഷയ്ക്കുള്ള പ്രാധാന്യം നിരീക്ഷിക്കപ്പെട്ടിട്ടുണ്ട്. "മനുഷ്യർ ഭാഷയിലാണ് ജീവിക്കുന്നത്. ഭാഷകൊണ്ട് നാം അനുഭവങ്ങൾക്ക് ഏകത നല്കുന്നു. വാക്കുകൾകൊണ്ട് നാം കഥകൾ മെനയുന്നു. ഈ കഥകളിൽ നാം നമ്മുടെ സ്വത്വങ്ങളും രൂപപ്പെടുത്തുന്നു. ജീവശാസ്ത്രപരമായ അതിരുകളെ അർഥമുദ്രിതമായ അനുഭവങ്ങളെക്കൂടി ഉൾക്കൊള്ളാനാവുന്ന തരത്തിൽ നാം വികസിപ്പിക്കുന്നു. ഭാഷയിൽ ജീവിക്കാൻ വിധിക്കപ്പെട്ട ജീവികൾ എന്ന നിലയിൽ നമുക്ക് സ്വത്വനിർമിതിയിൽനിന്ന് പിന്മാറാനാവില്ല. ഭാഷയുടെ വലയിൽ കുടുങ്ങുന്ന നിമിഷംതൊട്ട് നാം ആത്മകഥകൾ നെയ്തുതുടങ്ങുന്നു" (മധു, 2011:15). സ്വത്വനിർമിതിക്കുള്ള പ്രത്യയശാസ്ത്ര ഉപാധി എന്ന നിലയ്ക്കാണ് മധു ഭാഷയെ അടയാളപ്പെടുത്തുന്നത്. ഇത്തരത്തിലുള്ള കാര്യങ്ങൾ ഉള്ളടങ്ങിയ സ്മരണകളും ആത്മകഥകളും സമകാലികമലയാളത്തിൽ എണ്ണത്തിൽ കുറവല്ല.

ഭാഷാമനോഭാവം

ഭാഷയോടുള്ള ഭാഷകരുടെ നിലപാടുകളാണ് ഭാഷാമനോഭാവം. മറ്റ് മനോഭാവങ്ങളിൽനിന്ന് ഭാഷാമനോഭാവം വ്യത്യസ്തമാണ്. ഭാഷാമനോഭാവം ഭാഷാപരമാകുന്നു (Fasold,1987:148) ഭാഷയോടുള്ള വ്യത്യസ്ത നിലപാടുകളുടെ അടിസ്ഥാനത്തിൽ ഭാഷാമനോഭാവത്തെ വർഗീകരിക്കാവുന്നതാണ്.

1. മാനകഭാഷ, ക്ലാസ്സിക് -ഔദ്യോഗിക-നിലവാരപ്പെട്ട ഭാഷ എന്നിവയിൽ അധിഷ്ഠിതമായത്.
2. സങ്കരഭാഷ, വെങ്കലഭാഷ, വാണിജ്യഭാഷ എന്നിങ്ങനെയുള്ള ഭേദങ്ങളുടെ പരിണാമവുമായി ബന്ധപ്പെടുന്നത് (Fishman, 1972).

മേൽപ്പറഞ്ഞ ഓരോ ഭാഷാസങ്കല്പത്തോടും ഭാഷകർക്ക് ചില അഭിപ്രായങ്ങൾ ഉണ്ടാകും. അതുകൊണ്ടാണ് ഇവ മനോഭാവങ്ങളുമായി ബന്ധപ്പെടുന്നത്. ചുരുക്കത്തിൽ ഭാഷകർക്ക് മാതൃഭാഷയോടും മറ്റ് ഭാഷകളോടുമുള്ള വികാരത്തെയാണ് സാമൂഹികഭാഷാശാസ്ത്രം ഭാഷാമനോഭാവം എന്നതുകൊണ്ട് അർഥമാക്കുന്നത്(Crystal, 2003:256). ഭാഷാവികാരമാണ് ഭാഷാമനോഭാവം എന്നർത്ഥം. അതു പ്രതിലോമാത്മകമോ അനുകൂലാത്മകമോ ആകാം. ഒരു ഭാഷ നല്ലതും മറ്റുള്ളവ വളരെ മോശവുമാണെന്നും മറ്റും ധരിക്കുന്നത് ഈ മനോഭാവത്തിന്റെ ഭാഗമായാണ്. അനുഭവങ്ങളെ തെരഞ്ഞെടുത്ത് അവതരിപ്പിക്കുന്നതിലും അതിന്റെ അനുക്രമീകരണത്തിലും

ആത്മകഥ എഴുതുന്നവരുടെ വീക്ഷണത്തിന് പ്രാധാന്യമുണ്ട്. ആ വീക്ഷണത്തിന്റെ അടിസ്ഥാനഘടകമായി ഭാഷാമനോഭാവം നില നിൽക്കുന്നു.

ദയാഭായിയുടെ ജീവിതസ്മരണകൾ

ഭാഷാന്യൂനപക്ഷത്തിന്റെ ഭാഷാമനോഭാവത്തെ പ്രകടമാക്കുന്ന ആത്മകഥയെന്ന നിലയ്ക്ക് ശ്രദ്ധേയമാണ് ദയാഭായിയുടെ ജീവിത സ്മരണകൾ. ഉത്തരേന്ത്യയിലെ ആദിവാസി ഗോത്രസമൂഹങ്ങളിൽ സാമൂഹികപ്രവർത്തനങ്ങളിലേർപ്പെട്ട ദയാഭായിയുടെ ജീവിതസ്മര ണകളിൽ കാണുന്ന ഭാഷാമനോഭാവം പൊതുസമൂഹത്തിന് ഭാഷ യോടുള്ള നിലപാടുകളെ ആവിഷ്കരിക്കുന്നു. ഭാഷാന്യൂനപക്ഷത്തോട് സമ്പർക്കസംസ്കാരത്തിനുള്ള മനോഭാവത്തെയാണ് ഈ സ്മരണകൾ ഉൾക്കൊള്ളുന്നത്.

ഭാഷാന്യൂനപക്ഷവും സ്വത്വവും

അന്യസംസ്ഥാനങ്ങളിൽ ജീവിക്കുന്ന ഭാഷകരെയാണ് ഭാഷാന്യൂന പക്ഷമെന്ന് വിളിക്കുന്നത്. തമിഴ്നാട്ടിൽ കഴിയുന്ന മലയാളികളും തെലുങ്കരും ബംഗാളികളും മറാഠികളും ആ അർഥത്തിൽ അവിടത്തെ ഭാഷാന്യൂനപക്ഷങ്ങളാണ്. ഇന്ത്യൻ ഭരണഘടനയുടെ 29ാം ആർട്ടി ക്കിൾ ഭാഷാന്യൂനപക്ഷങ്ങളുടെ അവകാശങ്ങൾ സംരക്ഷിക്കാൻ വേണ്ടിയുള്ളതാണ്. അവർക്ക് അവരുടെ ഭാഷ സംരക്ഷിക്കാനും പ്രചരിപ്പിക്കാനുമുള്ള അവകാശങ്ങളുണ്ട്. ആർട്ടിക്കിൾ 30 പ്രകാരം ഭാഷാന്യൂനപക്ഷങ്ങൾക്ക് വിദ്യാഭ്യാസസ്ഥാപനങ്ങൾ ആരംഭി ക്കാനും കഴിയും. സ്വാതന്ത്ര്യാനന്തര ഇന്ത്യയിൽ സ്വത്വബോധവും ബോധനമാധ്യമവും തമ്മിലുള്ള ബന്ധത്തെ പരിഗണിച്ച് പ്രാദേശിക ഭാഷകൾക്ക് പ്രാധാന്യം ലഭിക്കുന്നുണ്ടെങ്കിലും ആദിവാസിഭാഷകളെ യും സ്വത്വത്തെയും വിഗണിക്കുന്ന സമ്പ്രദായമാണ് ഔപചാരികവി ദ്യാഭ്യാസത്തിൽ കാണുന്നത്. കനവ്, സാരംഗ് പോലുള്ള ചുരുക്കം ചില സമാന്തരവിദ്യാഭ്യാസസ്ഥാപനങ്ങളാണ് ആദിവാസിഭാഷകൾ കൂടി ബോധനമാധ്യമമായി സ്വീകരിച്ചിരിക്കുന്നത്. ഓരോ ആദിവാ സിവിഭാഗത്തിനും സ്വന്തം ഭാഷയെക്കുറിച്ചും സ്വത്വത്തെക്കുറിച്ചും ചില ധാരണകളുണ്ട്. അവ അപകർഷബോധമോ ഉത്കർഷബോ ധമോ ആവാം. മുഖ്യധാരാഭാഷകളെ അപേക്ഷിച്ച് തങ്ങളുടെ ഭാഷ മോശമാണെന്ന ധാരണ ചില ആദിവാസിസമൂഹങ്ങൾക്കിടയിലുണ്ട്. മുഖ്യധാരാസമൂഹമാണ് അത്തരമൊരു ധാരണയുണ്ടാക്കിയെടുക്കുന്ന തിന് പ്രധാന പങ്ക് വഹിക്കുന്നത്. ആദിവാസികളുടെ ഉന്നമനത്തി നായി പ്രവർത്തിക്കുന്ന ദയാഭായിയുടെ ജീവിതസ്മരണകൾ ഈ സന്ദർഭത്തിലാണ് പ്രസക്തമാകുന്നത്: 'ഓരോ കമ്മ്യൂണിറ്റിക്കും

അവരുടെതായ നല്ല ഭാഷയൊണ്ടാരുന്നു. അതൊക്കോ മോശമാണെന്ന തോന്നലാണ് നമ്മുടെ ആൾക്കാരൊണ്ടാക്കിയത്. അതുകൊണ്ടിപ്പം അവരുടെ ഭാഷതന്നെ ഇല്ലാതായി. ദാരിയ എന്ന ആദിവാസി വിഭാഗത്തിൽപ്പെട്ട ഒരാളോടു തന്നെ നിങ്ങളുടെ ഭാഷ പഠിപ്പിക്കാമോ എന്ന ചോദ്യത്തിന് അയാൾ പറഞ്ഞത് തങ്ങളുടെ ഭാഷ വളരെ താഴ്ന്നതാണെന്നും തങ്ങൾ കാട്ടിലെ കുരങ്ങന്മാരെണെന്നുമാണ്" എന്ന നിരീക്ഷണം പ്രത്യക്ഷോദാഹരണം.

ഒരു സമൂഹത്തിന്റെ വൈയക്തികവും സാമൂഹികവുമായ സ്വത്വത്തെ പ്രാദേശികതയുടെ അടിസ്ഥാനത്തിൽതന്നെ വ്യവച്ഛേദിച്ചറിയുവാൻ സഹായിക്കുന്നതിനാലാണ് സ്വത്വനിർണയനത്തിൽ ഭാഷയ്ക്ക് പ്രാധാന്യം ലഭിക്കുന്നത്. ഭാഷകരുടെ ആവാസമേഖലയുടെ ഭൂമിശാസ്ത്രപരമായ വിവരങ്ങൾ അവരറിയാതെതന്നെ വെളിപ്പെടുത്താനും ഭാഷയ്ക്ക് കഴിയുന്നു. പ്രദേശത്തിന്റെ ഭൗതികസാഹചര്യങ്ങൾ സൂചിപ്പിക്കുന്ന പദാവലി, ഈണം, സംസ്കാരത്തെ സൂചിപ്പിക്കുന്ന മറ്റ് ഭാഷാസവിശേഷതകൾ എന്നിവ ഭാഷകസമൂഹത്തിന്റെ ഭൂമിശാസ്ത്രപരമായ സ്വത്വത്തെ പ്രകടിപ്പിക്കുന്നു. ഭൂമേഖല പലപ്പോഴും ദേശീയതയും വംശീയതയും ഉണ്ടാക്കുന്ന സ്ഥലകാലമേഖലകൂടിയാണ്. അതിനാൽ ഭാഷയിലെ സ്വത്വപഠനത്തിൽ അവകൂടി പരിഗണിക്കേണ്ടതുണ്ട്. പുറമെനിന്നുള്ള ഇടപെടൽമൂലം നശിച്ചുപോയ ഭാഷയാണ് ഈ ആദിവാസികളുടേത്. 'അവിടെ മൂന്നു തലമുറക്കാർ പ്രായമുള്ളവർ ഉണ്ടെങ്കിലും' അവരുടെ ഭാഷ ശരിക്കു പറയാനും പഠിപ്പിക്കാനും കഴിയാതെ പോകുന്നത് അതുകൊണ്ടാണ്. ജൈവവൈവിധ്യമുള്ള ദാരിയപോലുള്ള ഭാഷകൾ നശിച്ചുപോകുന്നതിന് പ്രധാനകാരണം സമ്പർക്കസംസ്കാരത്തിന്റെ അധികാരാധിഷ്ഠിത ഭാഷാമനോഭാവമാണെന്ന് ദയാഭായി വ്യക്തമാക്കുന്നു.

ദേശീയ-വംശീയസ്വത്വവും ഭാഷയും

വംശീയസ്വത്വം ഒരു ജനത തിരിച്ചറിഞ്ഞുകഴിഞ്ഞാൽ അതു പ്രചരിപ്പിക്കുവാനും രാഷ്ട്രീയമായി അംഗീകരിപ്പിക്കുവാനും ശ്രമിക്കുമെന്നിടത്ത് ദേശീയത ഉണരുന്നു. അതിനുവേണ്ടി ഭാഷയുടെ രാഷ്ട്രീയ അംഗീകാരത്തിനായി അവർ ശ്രമിക്കുന്നു. വിദ്യാഭ്യാസത്തിന്റെ ബോധനമാധ്യമമായി തങ്ങളുടെ ഭാഷയെ അംഗീകരിപ്പിക്കുകയെന്നതാണ് രാഷ്ട്രീയ അംഗീകാരം നേടാനുള്ള ആദ്യപടി. ആദിവാസിവിഭാഗത്തിന് ഇക്കാര്യം നിറവേറ്റാൻ സാധിക്കാത്ത സ്ഥിതിയാണുള്ളത്.

ദേശീയഭാഷകളുടെ സ്വത്വം ഇന്ത്യൻ പ്രാദേശികഭാഷകളുടെ സ്വത്വഘടനയിൽ എപ്രകാരമാണ് സ്വാധീനിച്ചതെന്ന് ഈ സാഹചര്യത്തിൽ വിലയിരുത്തേണ്ടതുണ്ട്. ദയാഭായിയുടെ നിരീക്ഷണം ശ്രദ്ധിക്കുക: 'പിന്നെ അവരുടെ ഭാഷ. ഓരോ കമ്മ്യൂണിറ്റിക്കും അവരുടേതായ നല്ല ഭാഷയുണ്ട്. അതൊക്കെ മോശമാണെന്ന തോന്നലാണ് നമ്മുടെ ആൾക്കാരൊണ്ടാക്കിയത്. അതുകൊണ്ടിപ്പം അവരുടെ ഭാഷതന്നെ ഇല്ലാതായി'. കോളിനിയനന്തരരാഷ്ട്രങ്ങളുടെ പ്രധാന സവിശേഷത 'എന്തും ദേശീയമാക്കുക' എന്നതാകുന്നു. ദേശീയമാകുമ്പോൾ അത് ഉത്കർഷമാകുന്നു. ബഹുഭാഷാസംസ്കാരം നിലനിൽക്കുന്നതും ഭാഷാക്ഷേത്രമെന്ന് വിശേഷിപ്പിക്കാവുന്നതുമായ ഇന്ത്യയിൽ സ്വാതന്ത്ര്യാനന്തരം സംഭവിച്ച പ്രശ്നങ്ങളിൽ പ്രധാനമായത് ദയാഭായി സൂചിപ്പിച്ചതുപോലുള്ള ജൈവഭാഷകളുടെ നാശമാകുന്നു.

മനസാസ്മരാമിയിലെ ഭാഷാമനോഭാവം

ദയാഭായിയുടെ ജീവിതസ്മരണകളിൽനിന്ന് വ്യത്യസ്തമാണ് അധ്യാപകനും ഗവേഷകനും സാഹിത്യനിരൂപകനുമായ എസ്.ഗുപ്തൻ നായർ എഴുതിയ *മനസാസ്മരാമി* എന്ന ആത്മകഥയിൽ തെളിയുന്ന ഭാഷാമാനോഭാവം. 'ഭാഷ' എന്ന ഉപശീർഷകം ഈ ആത്മകഥയിൽ ഇല്ലെങ്കിലും മലയാളഭാഷയെക്കുറിച്ചുള്ള നിരീക്ഷണങ്ങൾ പലയിടങ്ങളിലായി വരുന്നുണ്ട്. അവയെല്ലാം ചേർത്തുവെച്ചാണ് ഈ ആത്മകഥയിലെ ഭാഷാമനോഭാവത്തെ അന്വേഷിക്കേണ്ടത്.

മലയാളഭാഷാമാനകീകരണവുമായി ബന്ധപ്പെട്ടുണ്ടായ സാമൂഹികസ്ഥാപനങ്ങളെക്കുറിച്ചും ആനുകാലികങ്ങളെക്കുറിച്ചുമുള്ള വിലയിരുത്തൽ ഏറെക്കുറെ മലയാളികളുടെ സമകാലികഭാഷാമനോഭാവത്തെയും ഗ്രന്ഥകാരന്റെ മനോഭാവത്തെയും പ്രകടിപ്പിക്കാൻ ഉതകുന്നവയാണ്.

ഭാഷ, ആശയവിനിമയത്തിനുള്ളതാണെന്നും സ്വത്വവും പ്രത്യയശാസ്ത്രവും തികച്ചും രണ്ടാമതായി വരുന്ന കാര്യങ്ങളാണെന്നും ഗുപ്തൻനായർ വിശ്വസിക്കുന്നുണ്ടെന്ന് ഈ ആത്മകഥയുടെ തലക്കെട്ടുതന്നെ സൂചിപ്പിക്കുന്നുണ്ട്. *മനസാസ്മരാമി* എന്ന തലക്കെട്ട് സ്വീകരിക്കാനുള്ള കാരണം ഗ്രന്ഥകാരൻ ഇപ്രകാരം അടയാളപ്പെടുത്തുന്നു.: 'ആത്മകഥയ്ക്ക് പല ശീർഷകങ്ങളും ഞാനാലോചിച്ചു. ഒടുവിൽ ഒരു മന്ത്രംപോലെ, ഒരു ഗാനത്തിന്റെ പല്ലവിപോലെ *മനസാസ്മരാമി*യിൽ ഉറച്ചു' (2006).

"ഒരു കാലഘട്ടത്തിന്റെ പ്രത്യവലോകനം, സാഹിത്യചരിത്രകാരന്മാർ രേഖപ്പെടുത്താനിടയില്ലാത്ത കൊച്ചുകൊച്ചു അനുഭവങ്ങൾ,

അവയിലെ കഥാപാത്രങ്ങളുടെ തൂലികാചിത്രങ്ങൾ ഇവയാണധികമെങ്കിലും" സ്വാതന്ത്ര്യാനന്തര ഇന്ത്യയിൽ പ്രാദേശികഭാഷകളോടുള്ള ഭരണകൂടത്തിന്റെ നിലപാടുകൾ വ്യക്തമാക്കുന്ന ധാരാളം പരാമർശങ്ങൾ ഈ കൃതിയിൽ ഉടനീളം കാണാം. മലയാളഭാഷയെക്കുറിച്ചുള്ള ഒരു കാലഘട്ടത്തിന്റെ പ്രതികരണം വ്യക്തമാക്കുന്ന പരാമർശങ്ങൾകൂടിയാണിവ. ഈ ഭാഗങ്ങളിലെല്ലാം ആത്മത്തേക്കാൾ അപരത്തിന് പ്രാധാന്യം നൽകുന്ന രചനാരീതിയാണ് ഗുപ്തൻനായർ സ്വീകരിച്ചിരിക്കുന്നത്.

പ്രത്യക്ഷത്തിൽ ഭാഷാമനോഭാവത്തെ അടയാളപ്പെടുത്തുന്ന ഏതാനും ദൃഷ്ടാന്തങ്ങൾ:

മാതൃഭാഷ മലയാളമായതിനാൽ അതിൽ പഠിക്കാൻ എന്തിരിക്കുന്നു എന്ന മനോഭാവമായിരുന്നു അക്കാലത്ത് പൊതുവെ ഉണ്ടായിരുന്നത്. ഇത്തരം മനോഭാവം, ഇംഗ്ലീഷ്, സംസ്കൃതം എന്നീ ഭാഷകളോട് മലയാളികൾക്കുണ്ടായിരുന്ന ഉത്കർഷാഭിമാനബോധത്തിന്റെ ഫലംകൂടിയായിരുന്നു. ഇംഗ്ലീഷ് അറിയുന്ന അധ്യാപകനേ പഠിക്കാൻ മലയാളത്തിൽ ഏറെയുണ്ടെന്ന് ബോധ്യപ്പെടുത്താനാകൂ എന്ന തോന്നലും അടിയുറച്ചതായിരുന്നു. ഇംഗ്ലീഷ് അറിയുന്ന അധ്യാപകൻ മലയാളം പഠിപ്പിച്ചാൽ തരക്കേടില്ലെന്ന ചിന്താഗതിയും ഉറച്ചുപോയ കാലഘട്ടമായിരുന്നു അതെന്ന് മനസ്സിലാക്കാനാകും.

"ഭാഗ്യമെന്നു പറയട്ടെ, ഞാനും വിദ്യാർഥികളും തമ്മിൽ വളരെ വേഗം ഇണങ്ങി. അവരുടെ ആർട്സ് ക്ലബ് പ്രവർത്തനങ്ങളിൽ സഹകരിക്കുകയും വൈകുന്നേരത്തെ ബാഡ്മിന്റൺ, ടെന്നീസ് കളികളിൽ പങ്കെടുക്കുകയും ചെയ്യുന്ന അധ്യാപകനെ അവരും സന്തോഷത്തോടെ അംഗീകരിച്ചു. തെറ്റില്ലാത്ത ഇംഗ്ലീഷിൽ സംസാരിക്കാൻ മലയാളം അധ്യാപകനും കഴിയുമെന്നു ബോധ്യപ്പെടുത്തണമെന്ന വാശിയും അന്നൊക്കെ എനിക്കുണ്ടായിരുന്നു" (2006:90). 'മോഡേണിറ്റി'യോടുള്ള അഭിവാഞ്ഛയും ഇത്തരം ഭാഷാമനോഭാവത്തെ നിർണയിക്കുന്നതിൽ തെളിഞ്ഞുകാണാം. സംസ്കൃതാധിപത്യമുള്ള മലയാളത്തിൽനിന്ന് കോളനീകരണത്തിലൂടെ ഉത്കർഷാഭിമാനത്തിന്റെ ഭാഷയായി മാറിയ ഇംഗ്ലീഷിനോടുള്ള താത്പര്യം ഇക്കാര്യത്തിൽ തെളിഞ്ഞുകാണുന്നു.

വേഷഭാഷയ്ക്കുപരിയായി വിദേശസാഹിത്യത്തിലുള്ള അറിവും അറുപതു എഴുപതുകാലഘട്ടങ്ങളിലെ ഭാഷാമാനോഭാവത്തെ നിർണയിച്ചിരുന്നെന്ന് ഗുപ്തൻനായർ സൂചിപ്പിക്കുന്ന ഈ ഭാഗം ശ്രദ്ധിച്ചാൽ മനസ്സിലാക്കാനാകും. അക്കാലഘട്ടങ്ങളിലെ

വിദ്യാർഥിയൂണിയനുകളുടെ നോട്ടീസുകളെക്കുറിച്ചുള്ള പരാമർശ മാണ് ഇവിടെ ഉദ്ദേശിക്കുന്നത്. നെരൂദയും സാർത്രും ബൊളീവിയൻ ഡയറിയും നോട്ടീസുകളിൽ പതിവായി സ്ഥാനം പിടിച്ചിരുന്നു (2006:193). സ്വഭാഷയോടും സാഹിത്യത്തോടും മലയാളികൾക്കുണ്ടാ യിരുന്ന മനോഭാവത്തേയും സാഹിത്യരചനകളോടുള്ള മനോഭാവ ത്തേയും പ്രത്യക്ഷത്തിൽതന്നെ ഇതു അടയാളപ്പെടുത്തുന്നു.

ഭാഷാസ്ഥാപനങ്ങളും മനോഭാവവും

ഇന്ത്യൻ മാതൃഭാഷകളുടെ ഉന്നമനത്തിനായി സ്ഥാപിക്കപ്പെട്ട ഭാഷാ സമിതികളോടും ഭാഷാസ്ഥാപനങ്ങളോടും ഭാഷകസമൂഹത്തിനുണ്ടാ യിരുന്ന മനോഭാവത്തെയും ഈ ആത്മകഥ അടയാളപ്പെടുത്തുന്നുണ്ട്.

"ആധുനികവിജ്ഞാനത്തിന്റെ എല്ലാ ശാഖകളിലും മലയാള ത്തിൽ സർവകലാശാലാനിലവാരത്തിലുള്ള ആധികാരികഗ്രന്ഥ ങ്ങൾ നിർമിച്ചു പ്രസിദ്ധപ്പെടുത്തുക എന്ന ലക്ഷ്യത്തോടെ ആരംഭിച്ച ഭാഷാ ഇൻസ്റ്റിറ്റ്യൂട്ടിനെ"ക്കുറിച്ചുള്ള പരാമർശങ്ങൾ ഉദാഹരണം. ഗ്രന്ഥകാരന്റെ പ്രവർത്തനമണ്ഡലം എന്ന നിലയ്ക്കാണ് ഭാഷാ ഇൻസ്റ്റി റ്റ്യൂട്ട് ഈ ആത്മകഥയിൽ കടന്നുവരുന്നതെങ്കിലും പൊതുസമൂഹത്തി ന്റെ ഭാഷാമനോഭാവത്തെ വ്യക്തമായി മനസ്സിലാക്കാൻ ഗ്രന്ഥകാരൻ നടത്തുന്ന പരാമർശങ്ങൾവഴി സാധിക്കുന്നു:

1. ആധുനികവിജ്ഞാനപ്രചാരണത്തിനുള്ള ഫലപ്രദമായ മാധ്യ മമായിത്തീരുമാറ് മലയാളഭാഷയെ വികസിപ്പിച്ച് അതിന്റെ സമ്പത്തും ശക്തിയും അതിവേഗം വളർത്തുക

2. വ്യത്യസ്ത ഭാരതീയഭാഷകൾക്കിടയിൽ പ്രയോജനപ്രദമായ സമ്പർക്കം പുഷ്ടിപ്പെടുത്തുക

3. സാമൂഹികവും വൈകാരികവുമായ ഉദ്ഗ്രഥനം ഉളവാക്കുന്ന തിനുള്ള ഉപാധിയായി പ്രാദേശികഭാഷ അഭിവൃദ്ധിപ്പെടുത്തു ന്നതിന് സഹായിക്കുക (വാസുക്കുട്ടൻ, 1991:14). ഇത്തരം മഹത്തായ ലക്ഷ്യങ്ങളോടെ ആരംഭിച്ച ആ സ്ഥാപനത്തോട് മലയാളികൾക്കുണ്ടായിരുന്ന മനോഭാവം എന്തായിരുന്നുവെ ന്ന് വിവരിക്കുന്നിടത്താണ് ഭാഷാമനോഭാവം കടന്നുവരുന്നത്. അതോടൊപ്പം ഗ്രന്ഥകാരന്റെ ഭാഷാമനോഭാവത്തെക്കൂടി അടയാളപ്പെടുത്തുന്നത് ഭാഷാ ഇൻസ്റ്റിറ്റ്യൂട്ടിനെക്കുറിച്ചുള്ള പരാമർശം: (1). കേരള ഭാഷാ ഇൻസ്റ്റിറ്റ്യൂട്ട് എന്ന മലയാളം -ഇംഗ്ലീഷ് മണിപ്രവാളപ്പേരിനു പകരം കേരളവിജ്ഞാന സമിതി എന്നോ മറ്റോ ആകാമായിരുന്നെന്നാണ്(2006: 214) ഗുപ്തൻനായർ അഭിപ്രായപ്പെട്ടത്. മലയാളത്തോടുള്ള

> താത്പര്യം പ്രകടമാകുന്നുണ്ട് ഇവിടെ. മലയാളികളുടെ സ്വാംശീകരണസംസ്കാരത്തിന്റെ മുദ്രകൂടിയാണ് വാസ്തവത്തിൽ ഈ നാമം.

മലയാളത്തിലെ പദസൂചി തയ്യാറാക്കുമ്പോൾ നടന്ന ആലോചനകൾകൂടി ഇവിടെ പരിശോധിക്കേണ്ടതുണ്ട്. സാങ്കേതികപദാവലിയിൽ ദീക്ഷിക്കേണ്ട മാനദണ്ഡത്തെക്കുറിച്ച് ഇപ്പോൾപോലും ഏകതാനതയില്ലാത്ത കാലഘട്ടത്തിൽ പ്രത്യേകിച്ചും.

നപുംസകസൃഷ്ടികൾ ഒഴിവാക്കി പച്ചമലയാളവാക്കുകളാണ് സാങ്കേതികപദാവലികളായി ഉപയോഗിക്കേണ്ടതെന്ന നിലപാടായിരുന്നു ഗുപ്തൻനായർക്കുണ്ടായിരുന്നത്. 'ഫിറ്റുചെയ്തു' എന്നതിന് 'ഫിറ്റി' എന്നും 'ഫോൺചെയ്തു' എന്നതിന് പകരം 'ഫോണി' എന്നും സ്വീകരിക്കുന്നതിൽ ഗുപ്തൻനായർക്ക് കടുത്ത അമർഷമുണ്ടായിരുന്നു. എം.പി. പരമേശ്വരൻ നിർദേശിച്ച ഇത്തരം വാക്കുകൾ അന്നത്തെ ഡയറക്ടറായ എൻ.വി.കൃഷ്ണവാരിയർ സ്വീകരിക്കുകയാണ് ചെയ്തിരുന്നത്. മാനകമലയാളത്തിൽ ഈ വാക്കുകൾ ഉപയോഗിക്കുന്നില്ലെങ്കിലും തത്തുല്യമായ മറ്റുപദങ്ങൾ പ്രചാരത്തിലുണ്ട്. 'ആക്ടീവത', 'ഇലാസ്തികത' എന്നിവയെ വിലക്ഷണപ്രയോഗങ്ങളായാണ് ഗുപ്തൻനായർ കാണുന്നത്. പക്ഷേ ഇവ രണ്ടും മലയാളത്തിൽ ഉറച്ചുപോയിരിക്കുന്നു. പ്രയോഗമാണ് ഭാഷയുടെ പ്രമാണമെന്ന് ഇതു തെളിയിക്കുന്നു. ഗുപ്തൻനായരിൽ ഉറങ്ങിക്കിടക്കുന്ന ഭാഷാശുദ്ധവാദി ഉയർന്നുവരുന്നതും ഇവിടെ കാണാം.

തെക്കരും വടക്കരും തമ്മിലുള്ള ഭാഷാമനോഭാവത്തെ പരാമർശിക്കുന്ന ഭാഗവും ശ്രദ്ധേയമാണ്. അത്തരമൊരു വേർതിരിവ് താരതമ്യേന മെലിഞ്ഞുതീർന്ന ഈ കാലഘട്ടത്തിൽ.

തലശേരിയിൽ അധ്യാപകനായി എത്തിയ ഗുപ്തൻനായർക്ക് മൂർക്കോത്ത് കുഞ്ഞപ്പ എഴുതിയ കത്തിൽനിന്നുള്ള പരാമർശം: 'ഭാഷയെ സംബന്ധിച്ചിടത്തോളം തിരുവിതാംകൂറുകാർക്ക് വടക്കരെപ്പറ്റിയുള്ള തെറ്റിധാരണകൾ തീർക്കാൻ നിങ്ങളുടെ നിയമനം കാരണമാകും' (2006:167).

ഗുപ്തൻനായരുടെ ഭാഷാഭേദമനോഭാവത്തെ പ്രകടിപ്പിക്കുന്ന ഭാഗംകൂടി ഈ കൃതിയിൽ സവിശേഷപരിഗണന അർഹിക്കുന്നു. മലയാളസാഹിത്യത്തിൽ വള്ളുവനാടൻ മലയാളത്തിന് കിട്ടിയ സ്വീകാര്യതയെക്കുറിച്ച് ഗുപ്തൻനായർ ഇങ്ങനെ ആലോചിക്കുന്നു:

"ഉറൂബിന്റെയും വി.ടിയുടെയും ചെറുകാടിന്റെയും എം.ടിയുടെയും

മറ്റും എഴുത്തുഭാഷകളിൽ കാണുന്ന ആ വള്ളുവനാടൻ പരിമളത്തിന്റെ ഉറവിടം ഏത് ഗന്ധമാദനപർവ്വതമാണെന്ന് ഞാനാലോചിച്ചിട്ടുണ്ട്. എഴുത്തച്ഛന്റെ പദക്രമത്തിന്റെ സ്വാഭാവികമായ പിൻതുടർച്ചയെന്ന പ്രത്യേകതയാണോ വള്ളുവനാടൻ ഭാഷയെ ഇത്ര ആകർഷകമാക്കിയത്? പൂമുള്ളിയിലെയും വരിക്കാശ്ശേരിയിലെയും ഏലംകുളത്തെയും ആഢ്യന്മാരുടെ വെടിവട്ടങ്ങളിൽ രൂപംകൊണ്ട സംസ്കൃത-മലയാളങ്ങളുടെ ഒരു സവിശേഷപാകമാണോ ഈ ഭാഷാഭേദം? വിദൂരഭൂതകാലത്തെന്നോ എത്തിയ ജൈനമതപ്രചാരകന്മാർ പാലക്കാട്ടിന് സമ്മാനിച്ച മറഞ്ഞ പ്രാകൃതത്തിൽ ഉരുക്കിച്ചേർത്ത കൊടുംതമിഴിന്റെ പരിശിഷ്ടങ്ങളിൽനിന്നു കുളിർത്തു തഴച്ചതാണോ ഈ വള്ളുവനാടൻ ഭാഷ". മലയാളഭാഷാഭേദങ്ങളിൽ വള്ളുവനാടൻ മലയാളത്തിന് കിട്ടിയ അംഗീകാരത്തോടുള്ള ഗ്രന്ഥകാരന്റെ ഉത്കർഷാഭിമാനബോധമാണ് ഈ ഉത്പത്തിവിചാരത്തിൽ പ്രതിഫലിക്കുന്നത്.

ആത്മകഥയെക്കുറിച്ച് എൻ. കൃഷ്ണപിള്ള ഇങ്ങനെ നിരീക്ഷിക്കുന്നു- "വക്താവിന്റെ സത്യസന്ധതയും ആത്മപരിശോധനയ്ക്കുവേണ്ട കഴിവും സന്മനസ്സും അഹന്താപരതന്ത്രനാകാതെ സ്വജീവിതത്തെ വസ്തുനിഷ്ഠമായി ദർശിക്കുന്നതിനുള്ള സന്നദ്ധതയുമാണ് ആത്മകഥാകഥനത്തിന്റെ വിജയത്തിന് നിദാനങ്ങൾ. ആത്മചരിതം എഴുതുന്ന ആൾ സമുന്നതനോ എളിയവനോ പ്രഖ്യാതനോ അജ്ഞാതനോ ആയതുകൊണ്ടു അയാളുടെ കൃതി നന്നാകണമെന്നില്ല" (1975:358). സ്വത്വത്തെ മാറിനിന്ന് വീക്ഷിക്കാനുള്ള കഴിവാണ് ആത്മകഥയുടെ മുഖ്യലക്ഷണമെന്നാണ് ഈ ചരിത്രകാരൻ അർഥമാക്കുന്നത്. ഈ ലക്ഷണം ഏതാണ്ട് പാലിക്കുന്ന കൃതിയാണ് *മനസാസ്മരാമി*. ഗ്രന്ഥകാരന്റെ അനുഭവലോകം പശ്ചാത്തലമാക്കി താൻ ജീവിച്ചുപോന്ന സാമൂഹികപരിസരത്തെ ആവിഷ്കരിക്കാൻ ഗുപ്തൻനായർ ശ്രമിക്കുന്നുണ്ട്. മലയാള അധ്യാപകനും അക്കാദമിഷ്യനുമായ ഒരാൾ എഴുതുന്ന ആത്മകഥയിൽ മലയാളഭാഷയോടുള്ള സമീപനമെന്തെന്ന് അദ്ദേഹം എടുക്കുന്ന നിലപാടുകളിൽനിന്നും ഭാഷയുമായി ബന്ധപ്പെട്ട സംഭവങ്ങളോടുള്ള പ്രതികരണത്തിൽനിന്നും അറിയാനാകും. അതിനാൽ ഈ കൃതിയിലെ ഭാഷാമനോഭാവം ഗ്രന്ഥകാരന് ഭാഷകളോടുള്ള മനോഭാവത്തെയും അക്കാലഘട്ടത്തിൽ പൊതുവെ മലയാളിസമൂഹം പുലർത്തിപ്പോന്ന ഭാഷാമനോഭാവത്തെയും വ്യക്തമാക്കുന്നു.

ഉപസംഹാരം

ഭാഷാവിവേചനത്തോടുള്ള പ്രത്യക്ഷപ്രതികരണമെന്നനിലയ്ക്കാണ് ദയാഭായിയുടെ 'ജീവിതസ്മരണ'കളിൽ ഭാഷാമനോഭാവം കടന്നുവരുന്നത്. വംശനാശംനേരിടുന്ന ദാരിയപോലുള്ള ജൈവഭാഷകളോട്

തികഞ്ഞ ഉത്കർഷാഭിമാനബോധം ദയഭായിയുടെ സ്മരണകളിൽ കാണാം. ഭാവിതലമുറയിലേക്ക് സംക്രമിക്കപ്പെടാതെ അന്യംനിൽക്കുന്ന ഭാഷ വംശംനാശം നേരിടുമെന്ന സൂചന ഈ ജീവിതസ്മരണകൾ മുന്നോട്ടുവെയ്ക്കുന്നുണ്ട്.

ഭാഷാസമിതികളോടും പ്രസിദ്ധീകരണങ്ങളോടും ബോധനമാധ്യമത്തോടും ഗ്രന്ഥകാരനും പൊതുസമൂഹത്തിനുമുള്ള പ്രതികരണമെന്നനിലയ്ക്കാണ് ഗുപ്തൻനായരുടെ *മനസാസ്മരാമി*യിലെ ഭാഷാമനോഭാവം തെളിഞ്ഞുവരുന്നത്. അവയെ ഇങ്ങനെ അക്കമിട്ടുനിരത്താവുന്നതാണ്:

1. സംസ്കൃതാധിപത്യമുള്ള മലയാളത്തോടുള്ള താത്പര്യം
2. ഇംഗ്ലീഷ് ഭാഷയോടുള്ള ഉത്കർഷാഭിമാനബോധം
3. മാനകമലയാളത്തോടുള്ള മാന്യതാബോധം
4. വള്ളുവനാടൻ ഭാഷാഭേദത്തിനോടുള്ള മതിപ്പും അമ്പരപ്പും
5. വൈവിധ്യപൂർണമായ മലയാളത്തെ ഉൾകൊള്ളാനുള്ള വൈമുഖ്യം

മലയാളഭാഷാമനോഭാവത്തിന്റെ വ്യത്യസ്തഘട്ടങ്ങളെയാണ് ഇവ ആവിഷ്കരിക്കുന്നതെന്ന് കാണാം.

ഗ്രന്ഥസൂചി

ഗുപ്തൻനായർ, 2000. *മനസാസ്മരാമി.* കോട്ടയം: ഡി.സി.ബുക്സ്.

ദയാഭായി, 2013. 'ആദിവാസികളോടൊത്ത് എന്റെ ജീവിതം അനുഭവം നിരീക്ഷണം', *ഭൂമിമലയാളം.* പു. 5 ലക്കം 1 ജൂലായ്.

മധു, ടി.വി. 2011. *ഞാൻ എന്ന (അ)ഭാവം.* തൃശ്ശൂർ: കേരളസാഹിത്യഅക്കാദമി.

വാസുക്കുട്ടൻ, കെ. എ. 1991. *കേരളഭാഷാ ഇൻസ്റ്റിറ്റ്യൂട്ട് പശ്ചാത്തലവും പ്രവർത്തനവും.* തിരുവനന്തപുരം: കേരള ഭാഷാ ഇൻസ്റ്റിറ്റ്യൂട്ട്.

Crystal, David. 2003/2005. *The Language Revaluation.* New Delhi: Foundation.

Fasold, Ralph. 1987. *The Sociolinguistics of Society.* Oxford: Black Well.

Fishman, Joshua. 1972. *The Sociology of Language.* Massachusetts: New Burry. House Publishers INC

●

ലെക്സിക്കൻ ക്രിയേറ്ററും മലയാളഭാഷയും*

ആമുഖം

നിഘണ്ടുനിർമാണം, രൂപിമാപഗ്രഥനം, സ്പെൽചെക്ക് എന്നിങ്ങനെ ബഹുവിധപ്രയോജനങ്ങളുള്ള ലെക്സിക്കൻ ക്രിയേറ്റർ എന്ന സോഫ്റ്റ്വേർ മലയാളത്തിൽ കാര്യക്ഷമമായി ഉപയോഗിക്കുന്നതിന് പ്രത്യയനിഘണ്ടു നിർമാണം ഉൾപ്പടെ, ആവശ്യമായ കാര്യങ്ങൾ വ്യക്തമാക്കുകയാണ് ഈ പഠനത്തിന്റെ ലക്ഷ്യം.

ലെക്സിക്കൺ ക്രിയേറ്റർ: പ്രയോജനങ്ങൾ

ഇംഗ്ലീഷിനെ ആധാരമാക്കി നിർമിച്ച ലെക്സിക്കൻ ക്രിയേറ്ററിന്റെ പ്രധാന ഗുണങ്ങൾ: പ്രത്യയചേർച്ചകളെ അഥവാ രൂപസിദ്ധിനിയമങ്ങളെ (Inflectional Variations) ക്കുറിച്ചുള്ള ധാരണയുണ്ടാക്കാനും പദനിഷ്പന്നരൂപങ്ങളെ(Derivational Morphemes)ക്കുറിച്ച് മനസ്സിലാക്കാനും ഈ ഉപകരണം പ്രയോക്താക്കളെ സഹായിക്കുന്നു. ഭാഷയിലെ രൂപിമസിദ്ധാന്തത്തെക്കുറിച്ചറിയാൻ സഹായിക്കുന്നു വെന്നർഥം. അതുതന്നെയാണ് ഈ ഉപകരണത്തിന്റെ മുഖ്യസവിശേഷത. രൂപിമനിയമങ്ങൾ ഭാഷയ്ക്കനുസരിച്ച് വ്യത്യാസപ്പെടുന്ന ഒന്നാണ്. മിക്ക ഭാഷകളിലും പ്രത്യയങ്ങൾക്ക് അനുസൃതമായി, പദങ്ങൾക്ക് വ്യത്യസ്ത രൂപങ്ങൾ ഉണ്ടാകും. ചില ഭാഷകളിൽ രൂപിമനിയമങ്ങൾ ലളിതമാണെങ്കിൽ മറ്റു ചില ഭാഷകളിൽ സങ്കീർണമായിരിക്കും. ഇംഗ്ലീഷിനെ അപേക്ഷിച്ച് മലയാളം ഇക്കാര്യത്തിൽ

സങ്കീർണമാണ്. അതുപോലെ വൈകൃതകക്ഷ്യയിൽപ്പെടുന്ന സംസ്കൃതത്തിന്റെ രൂപസിദ്ധി രീതിയല്ല സംശ്ലിഷ്ടകക്ഷ്യയിൽപ്പെടുന്ന മലയാളത്തിന്റേത്. ഇംഗ്ലീഷിൽ 'വോക്' (walk) എന്ന ക്രിയയ്ക്ക് വോക്, വോക്സ്, വോക്ഡ്, വോക്കിംഗ്, എന്നീ രൂപങ്ങളാണെങ്കിൽ ഇതേ അർഥം വരുന്ന മലയാളത്തിലെ 'നടക്കുക' എന്നതിന് നട- എന്ന ധാതുവിനോട് കാലം, പ്രകാരം തുടങ്ങിയ പ്രത്യയങ്ങൾ ചേരുന്ന ധാരാളം രൂപങ്ങളുണ്ട്.

ഭാഷയുടെ രൂപിമഘടന എന്തുതന്നെയായാലും ഒരു പദത്തിന്റെ രൂപങ്ങൾ തിരിച്ചറിയാൻ ലെക്സിക്കൻ ക്രിയേറ്റർ പ്രയോക്താക്കളെ പ്രാപ്തമാക്കുന്നു. ഈ സോഫ്റ്റ് വെയറിന്റെ ബഹുവിധ പ്രയോജനങ്ങൾ ഇപ്രകാരം അക്കമിട്ട് നിരത്താം:

1. നിഘണ്ടു നിർമാണം
2. ഉപയോഗിക്കാനുള്ള സൗകര്യവും എളുപ്പവും
3. ദത്തത്തിലുള്ള സ്ഥിരത
4. കോഡിങ്ങിന്റെ വേഗത
5. ഒരു ഭാഷയിലെ രൂപാധിഷ്ഠിതനിയമങ്ങളുടെ അടിസ്ഥാനത്തിൽ പദങ്ങളെ വർഗീകരിക്കാൻ സഹായിക്കുന്നു.
6. രൂപിമവർഗങ്ങളുടെ അടിസ്ഥാനത്തിൽ തയ്യാറാക്കിയ റ്റെംപ്ലേറ്റുകളുടെ അടിസ്ഥാനത്തിൽ പദത്തിന്റെ വ്യത്യസ്ത രൂപങ്ങളെ വർഗീകരിക്കാൻ സഹായിക്കുന്നു. (ഒരു പദത്തിന്റെ എല്ലാ രൂപനിർമിതമായ വർഗങ്ങളെയും അടയാളപ്പെടുത്താൻ റ്റെംപ്ലേറ്റുകൾ സഹായിക്കുന്നു)
7. സങ്കീർണമായ രൂപാധിഷ്ഠിതനിയമങ്ങളെ അഴിച്ചെടുക്കാൻ സഹായിക്കുന്നു.
8. പദങ്ങളെ പ്രയോഗ ആവൃത്തിയുടെ അടിസ്ഥാനത്തിൽ വ്യവസ്ഥപ്പെടുത്താൻ കഴിയുന്നു.
9. പദങ്ങളെ അകാരാദിക്രമത്തിൽ മാറ്റാൻ കഴിയുന്നു.

റ്റെംപ്ലേറ്റ് (വ്യാകരിപ്പ് പട്ടിക)

ലെക്സിക്കൻക്രിയേറ്ററിന്റെ പ്രധാനഭാഗമാണ് റ്റെംപ്ലേറ്റ് (വ്യാകരിപ്പ് പട്ടിക). വ്യാകരണവിശദീകരണത്തിന്റെയും വ്യുത്പന്നരൂപങ്ങളുടെയും കോഡാണ് റ്റെംപ്ലേറ്റുകൾ (Templates). രൂപസിദ്ധിക്കനുസൃതമായി തയ്യാറാക്കപ്പെടുന്ന വ്യാകരണവിശദീകരണകോഡിനെയാണ്

ഇവിടെ റ്റെംപ്ലറ്റ് എന്നതുകൊണ്ടു ഉദ്ദേശിക്കുന്നത്. അതുകൊണ്ടുതന്നെ ഭാഷകളുടെ രൂപിമഘടനയ്ക്ക് അനുസൃതമായിട്ടാണ് ഇതിന്റെ റ്റെംപ്ലറ്റ് പരിഷ്കരിക്കേണ്ടത്. ഒരു പദത്തിന്റെ വിവിധരൂപങ്ങൾക്ക് അനുസരിച്ച് റ്റെംപ്ലറ്റുകൾ ഉണ്ടാക്കാൻ സഹായിക്കലാണ് ഭാഷാശാസ്ത്രജ്ഞരുടെ പ്രവൃത്തി. പ്രവചനീയ രൂപങ്ങൾ ലഭിക്കുന്ന തരത്തിൽ റ്റെംപ്ലറ്റ് തയ്യാറാക്കിക്കഴിഞ്ഞാൽ ഇൻപുട്ട് ചെയ്യുന്ന പദത്തിൽ വ്യാകരണ സാധുതയുള്ള വ്യത്യസ്ത രൂപങ്ങൾ(നിയമാനുസൃതമായ രൂപങ്ങൾ) ഓട്ടോമാറ്റിക്കായി വരും. ഇംഗ്ലീഷിലുള്ള റ്റെംപ്ലറ്റിന്റെ മാതൃക താഴെ കൊടുക്കുന്നു. (തെയ്യറി ഫോൺടെല്ലയുടെ പ്രബന്ധത്തിൽനിന്ന് എടുത്തുചേർത്തത്).

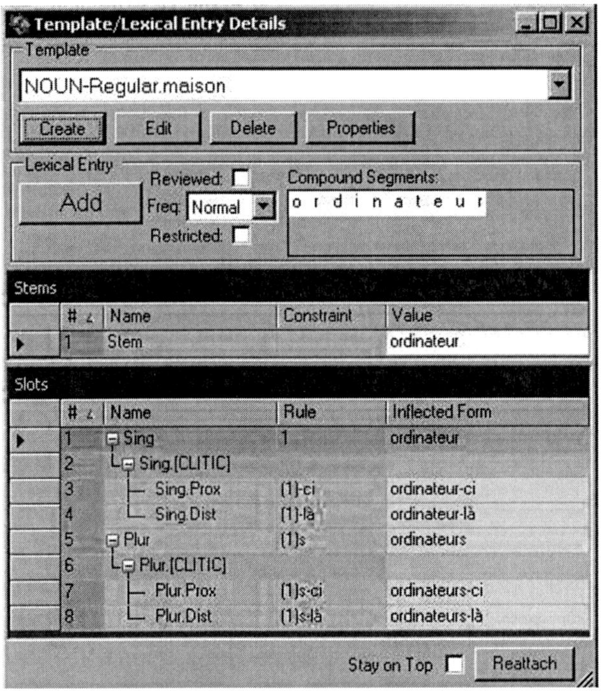

മലയാളം ലെക്സിക്കൻ ക്രിയേറ്റർ

മലയാള ഭാഷാപ്രയോജനങ്ങൾക്കായി ലെക്സിക്കൻ ക്രിയേറ്ററിനെ ഉപയോഗിക്കുമ്പോൾ അതിനെ മലയാളം ലെക്സിക്കൻ ക്രിയേറ്റർ എന്ന് വിശേഷിപ്പിക്കാം.

രൂപസിദ്ധിരൂപവിജ്ഞാനവും നിഷ്പാദനരൂപവിജ്ഞാനവും മലയാളത്തിൽ ഒരുപോലെ പരിഗണിക്കേണ്ടതുണ്ട്. വ്യാകരണ ബന്ധങ്ങളുടെ ധർമങ്ങളും പ്രകാരങ്ങളും സൂചിപ്പിക്കുന്നതിനായി

ധാതുവിനോട് പ്രത്യയം ചേർക്കുന്ന രീതിയാണ് ഇൻഫ്ളക്ഷണൽ മോർഫോളജി. 'ചാട്' എന്ന ധാതുവിനോട് യഥാക്രമം -ഇ, -ഉന്നു, -ഉം എന്നിങ്ങനെ, യഥാക്രമം, ഭൂത-വർത്തമാന-ഭാവി രൂപങ്ങൾ ചേർത്ത് വ്യത്യസ്ത കാലരൂപങ്ങൾ ഉണ്ടാക്കുന്നത് രൂപസിദ്ധിക്ക് ഉദാഹരണം. കൃത്തും തദ്ധിതവും നിഷ്പാദനരൂപവിജ്ഞാനത്തിൽ വരുന്ന കാര്യങ്ങളാണ്. രൂപസിദ്ധിചേർച്ചകൊണ്ട് പദവർഗത്തിന് ഭേദം സംഭവിക്കുകയില്ല.

റ്റെംപ്ലറ്റുകളുടെ രൂപകല്പന

സംശ്ലിഷ്ടകക്ഷ്യയിൽപ്പെട്ട ഭാഷയായതിനാൽ മലയാളത്തിന് വളരെ സൂക്ഷ്മമായ റ്റെംപ്ലറ്റുകളുടെ ആവശ്യമുണ്ട്. പ്രത്യയങ്ങളുടെ പരിപാലനത്തിലാണ് ഏറ്റവും കൂടുതൽ ശ്രദ്ധിക്കേണ്ടത്. വ്യത്യസ്തമായ വ്യാകരണസംവർഗങ്ങളെ മുന്നിൽ കണ്ടുകൊണ്ട് ലക്ഷ്യിക്കൻ ദത്തം ഉണ്ടാക്കിയെടുക്കുന്നത്. ഉദാഹരണത്തിന് നാമത്തെ രൂപാധിഷ്ഠിതമായും വാക്യാധിഷ്ഠിതമായും രണ്ടായി കല്പിച്ചുകൊണ്ടാണ് റ്റെംപ്ലറ്റുകൾ രൂപകല്പന ചെയ്യുന്നത്. വചനം, ലിംഗം, വിഭക്തി മുതലായ വ്യത്യസ്ത പ്രത്യയങ്ങൾ ചേർക്കാവുന്ന തരത്തിൽ നാമത്തെ തയ്യാറാക്കിവെയ്ക്കുകയാണ് ചെയ്യുന്നത്.

ഒരു ഭാഷയിലെ സാമാന്യമായി വരുന്ന പദവിഭാഗങ്ങളുടെ വ്യാകരണവും അർഥവും വിശദീകരിക്കാനാവുന്ന തരത്തിലായിരിക്കണം റ്റെംപ്ലറ്റുകൾ ഉണ്ടാക്കുന്നത്. ഇത്തരം പദവിഭാഗങ്ങളെ ഭാഷയിലെ തുറന്ന പദവിഭാഗം എന്നു വിളിക്കാവുന്നതാണ്. ഇവയെ നാമം, ക്രിയ, വിശേഷണം എന്നിങ്ങനെ മൂന്നായിട്ടു തിരിക്കാം. എങ്കിലും മുൻസൂചിപ്പിച്ചതുപോലെ, ഓരോ ഭാഷയ്ക്ക് അനുസരിച്ചും പദവിഭാഗങ്ങൾ വളരെ സങ്കീർണമാകാം. അവയെക്കൂടി പരിഗണിച്ച റ്റെംപ്ലറ്റുകൾ തയ്യാറാക്കുകയാണ് അടുത്ത പടി.

1. നാമം - ബഹുവചനം, വിഭക്തി, ലിംഗം
2. ധാരാളം പദങ്ങളോട് ചേരും മിക്കപ്രത്യയങ്ങളും
3. പ്രത്യയങ്ങൾക്ക് നിയതാർഥമുണ്ട് എന്നീ കാര്യങ്ങൾ പരിഗണിച്ചുവേണം മലയാളത്തിൽ റ്റെംപ്ലറ്റുകൾ ഉണ്ടാക്കാൻ.

റ്റെംപ്ലറ്റ്: ഉദാഹരണം

Entry word/ Dictionary word	1	മരം
Nom. Neutral. Singular	1	മരം
Nom. Neutral. Plural	1	മരങ്ങൾ
Nom. Neutral. Plural. Alternative	1	...

റ്റെംപ്ലേറ്റുകൾ പ്രയോഗങ്ങൾക്ക് അനുസൃതമായി പരിഷ്കരിക്കാവുന്നതാണ്. ഉദാഹരണത്തിന് സ്ത്രീലിംഗബഹുവചനരൂപമായി വരുന്ന-കൾ(സ്ത്രീകൾ)-മാർ (അമ്മമാർ) എന്നിവ ചിലപ്പോൾ ഒരേ പദത്തോടൊപ്പം ചേർന്നുവരുന്ന രീതി മലയാളത്തിൽ കാണുന്നുണ്ട്. അമ്മ എന്ന പദത്തോട്-മാർ മാത്രമേ ചേരൂ. -കൾ ചേരില്ല. എന്നാൽ സന്യാസിനി എന്ന പദത്തിന് സന്യാസിനികൾ, സന്യാസിനിമാർ, എന്നിങ്ങനെ രണ്ടു രൂപങ്ങളുണ്ട്. ഇമ്മട്ടിൽ മറ്റുചില പദങ്ങളും മലയാളത്തിലുണ്ട്. ഉദാ- കന്യക(കന്യകകൾ- കന്യകമാർ). അപ്പോൾ പ്രയോഗ ആവൃത്തിയുടെ അടിസ്ഥാനത്തിൽ ഒന്നിനെ പ്രധാന പ്രവേശകമായും മറ്റേതിനെ പകരപദമായും പരിഗണിക്കണം. ഇവയെ ആധാരമാക്കി മലയാളഭാഷയുടെ രീതിക്ക് അനുസൃതമായി റ്റെംപ്ലേറ്റിൽ ആവശ്യമായ മാറ്റങ്ങൾ വരുത്തണം.

മലയാളം ലെക്സിക്കൻ ക്രിയേറ്റർ - പ്രശ്നവും പരിഹാരവും മലയാളത്തിലെ നിഷ്പാദനപ്രത്യയങ്ങളുടെ അടിസ്ഥാനത്തിലും വ്യുത്പന്ന പ്രത്യയത്തിന്റെ അടിസ്ഥാനത്തിലും ലക്സിക്കൻ ക്രിയേറ്ററിലെ റ്റെംപ്ലേറ്റുകൾ തയ്യാറാക്കുമ്പോഴാണ് മലയാളം ലെക്സിക്കൻ ക്രിയേറ്റർ ഏറ്റവുംകൂടുതൽ പ്രശ്നങ്ങൾ നേരിടുന്നത്. ഓരോ രൂപത്തിനും പ്രത്യേകം റ്റെംപ്ലേറ്റുകൾ നിർമിച്ച് ഈ പ്രശ്നം മറികടക്കാവുന്നതാണ്. വ്യാകരണരൂപങ്ങൾക്ക് അനുസൃതമായി ഉപ റ്റെംപ്ലേറ്റുകളും തയ്യാറാക്കാവുന്നതാണ്.

മലയാളത്തിലെ ഭൂതകാലരൂപസിദ്ധി വളരെ സങ്കീർണമാണ്. ലഘുവ്യവസ്ഥീകരണത്തിന് വഴങ്ങുന്നതല്ല ഭൂതകാലരൂപങ്ങൾ. ക്രിയകളെ പല അടിസ്ഥാനങ്ങളിൽ വ്യവച്ഛേദിച്ചതിനുശേഷമേ ഓരോ വർഗത്തിനോടും ഏത് ഭൂതകാലപ്രത്യയം ചേരുന്നുവെന്ന് മനസ്സിലാക്കാനാകൂ എന്നതാണ് സങ്കീർണതയുടെ കാരണം. മലയാളം ലെക്സിക്കൻ ക്രിയേറ്ററിൽ പദവർഗീകരണം നടത്തുമ്പോൾ അഭിമുഖീകരിച്ച പ്രശ്നങ്ങളിൽ ചിലത് ചൂണ്ടിക്കാണിക്കുന്നു. അതിനോടൊപ്പം ചില പരിഹാരമാർഗങ്ങളും.

ഭൂതകാലപ്രത്യയങ്ങൾ: 1. പാരമ്പര്യവ്യാകരണ -ഇ,-തു(സൂക്ഷ്മമായി പറഞ്ഞാൽ -ത്) എന്നിങ്ങനെ രണ്ടു പ്രത്യയങ്ങളാണ് ഭൂതകാലപ്രത്യയങ്ങളായി കണക്കാക്കുന്നത്. എന്നാൽ പദപട്ടിക തയ്യാറാക്കുമ്പോൾ പോയി, ചെയ്തു എന്നിങ്ങനെയുള്ള രൂപങ്ങൾ കൂടാതെ, ചിരിച്ചു, കരഞ്ഞു, പെയ്തു, കിടന്നു, മടക്കി, എടുത്തു, പൂകു, വിറ്റു, കേട്ടു, വരണ്ടു എന്നിങ്ങനെ പലതും കയറിവരും. ഭാഷാപഠനത്തിൽ ഉപയോഗിക്കാവുന്ന രീതിയിൽ ഭൂതകാലരൂപങ്ങൾ ഭാഷാപണ്ഡിതന്മാർ പഠിച്ചിട്ടുണ്ട്.(ടി.ബി. വേണുഗോപാലപ്പണിക്കർ,

കെ.എം. പ്രഭാകരവാരിയർ, പ്രബോധചന്ദ്രൻനായർ)(1) അതിൽനി ന്ന് വ്യത്യസ്തമായി കമ്പ്യൂട്ടറിന് ഇണങ്ങുന്ന രീതിയിൽ ഈ വിഷയം ആലോചിക്കേണ്ടതാണ്.

ഭൂതകാലരൂപങ്ങളുടെ പട്ടിക തയ്യാറാക്കി പ്രത്യയങ്ങൾ -ഇ, -ഉ എന്നും നിജപ്പെടുത്തി രണ്ടു വ്യത്യസ്ത റ്റെംപ്ലറ്റുകൾ തയ്യാറാക്കാവുന്ന താണ്. ക്രിയാരൂപങ്ങൾ അകാരാന്തത്തിൽ കൊടുത്ത് പ്രത്യയങ്ങൾ ചേർക്കുന്ന കാര്യം പരീക്ഷിച്ചുനോക്കാവുന്നതാണ്. സോഫ്റ്റ്വെർ സാങ്കേതികപരിജ്ഞാനത്തിന്റെ അടിസ്ഥാനത്തിൽ വ്യാകരണ സംവർഗങ്ങളെ അഴിച്ചുപണിയണം. വർത്തമാനകാലത്തിനും ഭാവികാലത്തിനും ഇണങ്ങുന്ന രീതിയിൽ ചെയ്യണം.

ഉദാ- ഉഴുത + - ഉ

ചെയ്ത+ - ഉ

മടക്ക+ - ഇ

- ഇ യും - ഉ വും ചേരുന്ന പദാന്തം കോഡുകൾ ഉപയോഗിച്ച് നിജപ്പെടുത്തിയാൽ മതിയാകും. അപ്പോൾ - ഇ ചേരണ്ട സ്ഥലവും - ഉ ചേരണ്ട സ്ഥലവും വ്യക്തമാകും.

വിഭക്തി

സംബന്ധികയ്ക്ക് - റെ എന്നും - ടെ എന്നു വിഭക്തികൾ നിജപ്പെടു ത്തുക. - ൻ അന്തത്തിൽ അവസാനിക്കുന്നവയ്ക്ക് - റെയും സ്വരങ്ങളും ചില്ലുകളും നിജപ്പെടുത്തി - ടെയും ചേർക്കുന്ന രീതിയിൽ റ്റെംപ്ലറ്റ് ഉണ്ടാക്കുക. -ഇൻ അവസാനിക്കുന്നതിന് ഉപ റ്റെംപ്ലറ്റ് നിർമിക്കുക യും വേണം. ഉദ്ദേശികയുടെ കാര്യവും ഈ വഴിക്ക് അന്വേഷിക്കാവു ന്നതാണ്. സ്വനസ്ഥാനം പ്രവചനീയമായതിനാൽ സംബന്ധികയു ടെയും ഉദ്ദേശികയുടെയും അപഗ്രഥനം താരതമ്യേന എളുപ്പമാകുന്നു.

വ്യഞ്ജനദ്വിത്വം

വ്യഞ്ജനദ്വിത്വത്തിന് മലയാളത്തിൽ വ്യാകരണസംവർഗങ്ങളെ മാറ്റാനുള്ള കഴിവുണ്ടെന്ന കാര്യം പരിഗണിക്കണം. പദാന്തത്തിൽ വരുന്ന ഇരട്ടിപ്പിന് മലയാളത്തിൽ വ്യാകരണപ്രാധാന്യമുണ്ട്. ഉദാ ഹരണത്തിന് ഇരട്ടിപ്പ് വിഭക്തിക്കുറിയായി മാറുന്നു. കോഴിക്കോട്/ കോഴിക്കോട്ട് (കോഴിക്കോട്ടിൽ- ആധാരികയുടെ അർഥം). ഇരട്ടി പ്പിനെ പ്രത്യേക കോഡായി പരിഗണിക്കണം.

സ്വതന്ത്രപരിവർത്തനം

വ്യത്യസ്ത സ്വനിമങ്ങൾ ഒരേ സ്വനിമസാഹചര്യത്തിൽ അർഥഭേദത്തിന് കാരണമായിവരുന്നതിനെയാണ് സ്വതന്ത്രപരിവർത്തനം എന്ന് പറയുന്നത്. ആകുക- ആവുക, പോകുക-പോവുക എന്നിങ്ങനെ (ക /വ മാറ്റം)സ്വതന്ത്രപരിവർത്തനം വരുന്ന സ്വനിമങ്ങളിൽ ഒന്നിനെ പ്രവേശകമായി എടുത്ത് മറ്റേതിന് ഉപ റ്റെംപ്ലറ്റ് ഉണ്ടാക്കുന്നതാണ് അഭികാമ്യം.

പരിഹാരമാർഗം: പ്രത്യയനിഘണ്ടു

മുൻസൂചിപ്പിച്ചതുപോലെ ലെക്സിക്കൻ ക്രിയേറ്റർ, രൂപിമാപഗ്രഥനത്തിനുള്ള പ്രധാന ഉപകരണമാകയാൽ, സമ്പുഷ്ടമായൊരു പ്രത്യയനിഘണ്ടു മലയാളത്തിൽ ഉണ്ടാക്കുകയാണെങ്കിൽ അതു പലതരത്തിൽ സഹായിക്കും. കമ്പ്യൂട്ടർ അധിഷ്ഠിതഭാഷാപ്രയോഗങ്ങളെ ത്വരിതപ്പെടുത്താനും മലയാളത്തെ കമ്പ്യൂട്ടർഭാഷയാക്കി മാറ്റാനും നിഘണ്ടുനിർമാണം സുഗമമാക്കാനും ഏറെ സഹായിക്കും.

ഇംഗ്ലീഷിനെ ആധാരമാക്കി ചെയ്യുമ്പോൾ പ്രത്യയനാമങ്ങൾക്ക് തുല്യമായ മലയാളവ്യാകരണനാമങ്ങളും രൂപങ്ങളും കണ്ടെത്തണം. പട്ടികയിൽ ഇംഗ്ലീഷ് നാമങ്ങളും അതിന് തുല്യമായി വരുന്ന മലയാളപ്രത്യയങ്ങളും കൊടുക്കണം. ഉദാഹരണത്തിന്-

Quotative particle	എന്ന്
Emphatic particle	ഏ,തന്നെ
Interrogative marker	ഓ
Co ordination	ഉം,ഓ
Imperative native marker	ആതെ
Relative participle	ആയ, ഉള്ള
Interrogative participle	ഓ
Demonstrative adjectives	ആ, ഈ

ലെക്സിക്കൻ ക്രിയേറ്ററും നിഘണ്ടുനിർമാണവും

നിഘണ്ടുവിന് ആവശ്യമായ ദത്തം സംഭരിക്കാനുള്ള പുതിയ വഴികളിലൊന്നാണ് ലെക്സിക്കൻ ക്രിയേറ്റർ എന്ന സോഫ്റ്റ്വെയർ. കൈകാര്യം ചെയ്യാനുള്ള എളുപ്പം, ദത്തത്തിന്റെ ഗുണനിലവാരവും സ്ഥിരതയും നിലനിർത്താൻ സാധിക്കുന്നത്, വേഗം എന്നിവയാണ് ഇതിന്റെ സവിശേഷത. നിലവിലുള്ള പാഠത്തിൽനിന്ന് വ്യുത്പന്നമാകുന്ന പദാവലി ഉപയോഗിക്കുന്നതിലും നേരത്തെ തയ്യാറാക്കിയ

പദാവലി ഉപയോഗിക്കുന്നതിലും ഈ ഉപകരണം നിഘണ്ടുനിർമി ക്കാൻ ഉദ്ദേശിക്കുന്നവരെ പല തരത്തിൽ സഹായിക്കും. കോർപ്പസ് (ദത്തസഞ്ചയം) ഇതിനായി ഉപയോഗിക്കാവുന്നതാണ്. ഏതെങ്കിലു മൊരു ഭാഷാവിഷയത്തിന്റെയോ ഭാഷയുടെ സവിശേഷപ്രയോഗ ത്തിന്റെയോ മാതൃകകൾ കമ്പ്യൂട്ടറിന് കൈകാര്യംചെയ്യാൻ പറ്റുന്ന രീതിയിൽ സഞ്ചയിച്ചുവെയ്ക്കുകയും കമ്പ്യൂട്ടർ മുഖേനയുള്ള പഠനങ്ങൾ ക്ക് അവ പ്രയോജനപ്പെടുത്താവുന്നതുമാണ്.

കോർപ്പസ് എന്ന സാങ്കേതികത നിലവിൽ വന്നതോടെ വമ്പിച്ച വിപ്ലവം നിഘണ്ടുനിർമാണത്തിൽ വന്നിട്ടുണ്ട്. ഭാഷയിലെ സാമാന്യപദാവലിയെ കണ്ടെത്തുന്നതിനും അവയുടെ വ്യാകരണ സംവർഗങ്ങൾ വർഗീകരിച്ചെടുക്കാനും കോർപ്പസ് സഹായിക്കുന്നു. കോർപ്പസ് അടിസ്ഥാനമാക്കിയുള്ള നിഘണ്ടുനിർമ്മാണത്തിന് പ്രധാനമായി ആറു ഗുണങ്ങളുണ്ട് (2).

ലെക്സിക്കൻ ക്രിയേറ്ററിൽ ദത്തം സന്നിവേശിപ്പിക്കുന്നതിനുമുമ്പ് മലയാളഭാഷയുടെ പദവിഭജനത്തിനനുസൃതമായ റ്റെംപ്ലറ്റുകൾ ആദ്യമേ തയ്യാറാക്കിവെയ്ക്കണം. സൂക്ഷ്മമായ വ്യതിയാനങ്ങൾ ശ്രദ്ധിക്കണം. അതായത് പദപ്രയോഗം ഭാഷാപഗ്രഥനത്തിൽ ഏതുതലത്തിൽ വരുന്നുവെന്ന വസ്തുത ശ്രദ്ധിക്കണം. മലയാളപദങ്ങളെ പരിഗണിക്കു മ്പോൾ ലേഖനാസ്പദം(orthographic) സ്വനാസ്പദം (phonological) എന്നീ രണ്ടു കാര്യങ്ങളും പരിഗണിക്കണം.

ലെക്സിക്കൻ ക്രിയേറ്ററിന് നാല് പ്രധാന പാനലുകൾ ഉണ്ട്:1. പദപ ട്ടിക 2. അപഗ്രഥനം 3. നിഘണ്ടുപ്രവേശകം 4 റ്റെംപ്ലറ്റ് - വ്യാകരിപ്പ് പട്ടിക. ഒന്നാമത്തെ വിഭാഗമായി പദപട്ടികയിൽ നിഘണ്ടുനിർമാ താക്കൾക്ക് ആവശ്യാനുസരണം പദങ്ങൾ ഇൻപുട്ട് ചെയ്യാം. ഇത് കോർപ്പസിൽനിന്നോ മറ്റോ എടുക്കാവുന്നതാണ്. പലതരത്തിൽ ഈ പട്ടികയെ ശുദ്ധീകരിക്കാനും ക്രമപ്പെടുത്താനും കഴിയും. പുതു പദങ്ങളെയും പ്രാചീനപദങ്ങളെയും കണ്ടെത്താൻ കഴിയും. പദങ്ങൾ കൊടുക്കേണ്ടത് പ്രത്യയബന്ധനത്തിന് സജ്ജമാകുന്നതരത്തിലാ യിരിക്കണം. ഉദാ- ചെയ്യ്, ഉരുക്. 2. അപഗ്രഥനം: ഒരു പദത്തിന്റെ വർഗീകരണസ്വഭാവം അപഗ്രഥിക്കുകയാണ് ഇവിടെ. ഒരു പദം തെരഞ്ഞെടുത്തു കഴിഞ്ഞാൽ ടൂൾബാറിലുള്ള ടെക്സ്റ്റ് ബോക്സിലെ കറന്റ് വേഡിൽ കോപ്പി ചെയ്യപ്പെടും. ഏതു വിഭാഗത്തിൽ വരുമെന്നു കാണിക്കുന്നതോടൊപ്പം അതിന്റെ രൂപസിദ്ധിയും നൽകുന്നു. നിഘ ണ്ടുപ്രവേശകം - ഈ പാനൽ റ്റെംപ്ലറ്റ് ലെക്സിക്കനിലെ പ്രവേശക ങ്ങൾ കാണിക്കുന്നു. 3. നിഘണ്ടു പ്രവേശകം, വ്യാകരണവിഭാഗം, ധാതു എന്നിങ്ങനെ മൂന്ന് കോളങ്ങൾ ഇതിലുണ്ടാകും. 4. റ്റെംപ്ലറ്റുകൾ

പ്രവേശകങ്ങളുടെ വ്യാകരിപ്പ് വിശദമാക്കുന്നു. നിഘണ്ടുനിർമാതാക്കൾ പദത്തിന്റെ വ്യാകരണരൂപങ്ങൾ ഒറ്റനോട്ടത്തിൽ നിരൂപണം ചെയ്യാനും കഴിയുന്നു.

നിഘണ്ടുനിർമാണത്തിലെ പ്രശ്നങ്ങൾ

മലയാളത്തിൽ നിഘണ്ടുനിർമിക്കുമ്പോൾ ഉണ്ടായേക്കാവുന്ന ചില പ്രശ്നങ്ങൾകൂടി ചൂണ്ടിക്കാണിക്കട്ടേ:

സമനാമതയും ബഹ്വർഥകതയും

ഇന്ന് നിലവിലുള്ളതും പരിഷ്കാരങ്ങൾക്ക് വിധേയമായിക്കൊണ്ടിരിക്കുന്നതുമായ ലെക്സിക്കൻ ക്രിയേറ്റർ അഭിമുഖീകരിക്കുന്ന വ്യാകരണപ്രശ്നങ്ങളിൽ ചിലത് മുൻഖണ്ഡങ്ങളിൽ സൂചിപ്പിച്ചതുപോലെ പരിഹരിക്കാമെങ്കിലും പരിഹരിക്കാൻ പ്രയാസമുള്ള ചില കാര്യങ്ങൾകൂടിയുണ്ടെന്ന് തോന്നുന്നു. അതിൽ പ്രധാനം സമനാമത(homonymy)യും ബഹ്വർഥകത(polysemy)യുമാണ്.

പല പദങ്ങൾക്ക് ഒരേ സ്വനരൂപം ഉണ്ടാകുന്നതിനെയാണ് സമനാമത എന്നു പറയുന്നത്. ഉദാ- കരി, - മതി മതി മതിമുഖി പരിതാപം മതി, മതിയതിൽ അതിധൃതിചേർക്ക നീ(കീചകവധം). ഇവിടെ അർഥം ഒന്നാമത്തെയും രണ്ടാമത്തെയും നാലാമത്തെയും മതിക്ക് 'enough' മൂന്നാമത്തെതിന് ചന്ദ്രൻ, അഞ്ചാമത്തെതിന് മനസ്സ് എന്നും അർഥങ്ങൾ. (3) സമരൂപങ്ങളെ നിഘണ്ടുക്കൾ വെവ്വേറെ ലേഖകങ്ങളാക്കിയാൽ ഈ പ്രശ്നം പരിഹരിക്കാം.

ബഹ്വർഥകത: മൗലികമായ ഒരേ ആശയത്തിൽനിന്നുരുന്നുവന്ന പല അർഥങ്ങൾ ഒരു പദത്തിനുതന്നെ ഉണ്ടാവുക എന്നതാണിത്. കുഞ്ഞിന്റെ കൈ, മേശയുടെ കൈ, കുപ്പായത്തിന്റെ കൈ, കയ്യിലിരിപ്പ്, കട്ടുത്ത കൈ, കറുത്തകൈ, കൈകാര്യംചെയ്യുക, കൈയൂക്ക്, കൈമലർത്തുക, കൈ കടത്തുക ഇവകളിൽ 'കൈ' എന്നതിന് പല അർഥങ്ങളാണുള്ളതെന്ന് കാണാം. മിക്ക നിഘണ്ടുക്കളും ഇവയെ ഒരേ ലേഖകത്തിന് കീഴിൽ പ്രതിഷ്ഠിക്കുന്നു. വ്യത്യസ്ത പ്രവേശകങ്ങളായി പരിഗണിക്കുകയാണ് വേണ്ടത്.

പര്യായം (synonymy): ഒന്നിലധികം പദങ്ങൾക്ക് ഒരേ അർഥം വരുന്ന പ്രതിഭാസം. എല്ലാത്തരത്തിലും തുല്യാർഥകമായ വിവിധ പദങ്ങൾ ഒരു ഭാഷയിലുണ്ടാകും. എങ്കിലും വാക്യത്തിന്റെ അർഥം മാറിപ്പോവാതെ പരസ്പരം മാറ്റാവുന്ന വാക്കുകളാണ് പര്യായങ്ങൾ. 1.അയാൾ ജലം പാത്രത്തിലൊഴിച്ചു./ അയാൾ വെള്ളം പാത്രത്തിലൊഴിച്ചു. 2.അയാൾ തേങ്ങയുടച്ചു/ അയാൾ നാളികേരമുടച്ചു.

ഇത്തരത്തിൽ ധൈഷണികവും വൈകാരികവുമായ മൂല്യം ഒന്നുതന്നെയാണെങ്കിൽ അവ സമഗ്രപര്യായതയായി പരിഗണിക്കണം.

പരിഹാരം

1. ഭാഷയിൽ സമ്പൃഷ്ടവും പരിനിഷ്ഠവുമായ ഭാഷാർഥ(sense)ത്തെ മാത്രമേ പാരമ്പര്യനിഘണ്ടുക്കളും ലക്സിക്കൺ ക്രിയേറ്ററും പരിഗണിക്കേണ്ടതുള്ളൂ.

2. റ്റെംപ്ലേറ്റുകൾ ഉണ്ടാക്കുന്നതിനുമുമ്പ്, നേരത്തെ സൂചിപ്പിച്ചതു പോലെ, പ്രത്യയനിഘണ്ടു ഉണ്ടാക്കണം. ഒരു പദം ഏത് വ്യാകരണവിഭാഗത്തിൽ ഉൾപെടുന്നുവെന്ന സൂചന, പദാന്തം നൽകുന്നുണ്ട്. അതുകൊണ്ടുതന്നെ അകാരാദിക്രമത്തിൽ പ്രത്യയങ്ങളുടെ നിഘണ്ടു തയ്യാറാക്കുന്നത് നന്നായിരിക്കും. പ്രത്യയങ്ങൾക്ക് സന്ദർഭത്തിനനുസരിച്ചുള്ള അർഥവ്യത്യാസം മനസ്സിലാക്കുന്നതിനും ഇത് ഉപകരിക്കും. നിഘണ്ടു തയ്യാറാക്കുമ്പോൾ ഇത് ഉപകരിക്കുകയും ചെയ്യും. ഒരു രൂപത്തിന് ഒന്നിലധികം പ്രത്യയങ്ങൾ വരുമ്പോൾ 1, 2 എന്നീ അക്കങ്ങൾ കൊണ്ട് അവ പ്രത്യേകം അടയാളപ്പെടുത്തണം. മലയാളഭാഷയുടെ പദവർഗീകരണം സമ്പൂർണമായി മനസ്സിലാക്കുകയാണ് റ്റെംപ്ലേറ്റ് ഉണ്ടാക്കുന്നതിനു മുമ്പായി ചെയ്യേണ്ടത്. നാമം, നാമവിശേഷണം, ക്രിയ, ക്രിയാവിശേഷണം എന്നിവയും അവയുമായി ബന്ധപ്പെട്ടുവരുന്ന രൂപങ്ങളെയും കൃത്യമായി അടയാളപ്പെടുത്തണം.

3. അർഥം പരിഗണിച്ചുകൊണ്ട് സമനാമതയെയും ബഹ്വർഥകതയെയും വ്യത്യസ്ത ലേഖകങ്ങളായാണ് പരിഗണിക്കേണ്ടത്. ബഹ്വർഥകതയുള്ള പദങ്ങളെ ഒരു ശീർഷകമായി പരിഗണിച്ചുകൊണ്ട് അതേ പദത്തിന്റെ കീഴിൽ അതിന്റെ വ്യത്യസ്ത അർഥങ്ങൾ പ്രതിപാദിക്കുകയാണ് സാധാരണയായി നിഘണ്ടുക്കൾ ചെയ്യുന്നത്. ഇവ തമ്മിലുള്ള വ്യത്യാസം ഏകകാലികമായോ ബഹുകാലികമായോ വിലയിരുത്താവുന്നതാണ്. പ്രധാനമായും ബഹുകാലികമായി വിലയിരുത്തുകയാണ് പാരമ്പര്യരീതി. യഥാർഥത്തിൽ ഭാഷാപരിണാമത്തിന്റെ ഫലമായി ഇവയുടെ സ്വനിമതനിമ നഷ്ടപ്പെട്ടുപോയതാകാം. എന്നാൽ ബഹ്വർഥകത ഒരേ കോശസ്രോതസ്സിൽനിന്ന് വ്യുൽപന്നമാകുന്നതാണ്. സമനാമത വ്യത്യസ്ത കോശസ്രോതസ്സിൽനിന്ന് വ്യുൽപന്നമാകുന്നതാണ്. ഭാഷാപരിണാമത്തിന്റെ ഫലമായി ഇവയുടെ എഴുത്തും സ്വനിമതനിമയും നഷ്ടപ്പെട്ടുപോയതാകാം.

മാത്രമല്ല ഇവയിൽ ചിലത് മെറ്റഫറോ മെറ്റോണമിയോ ആയി മാറിയതുമാകാം. ഇത്തരം കാര്യങ്ങൾ വിലയിരുത്തമ്പോൾ ശ്രദ്ധിക്കേണ്ടത് ഭാഷാർഥം (സെൻസ്) വ്യത്യസ്തവഴികളിലൂടെയാണ് അതിന്റെ അർഥത്തെ അവതരിപ്പിക്കുന്നത്. സ്വയാശ്രയത(ഒട്ടോണമി), വിപരീതം(അന്റാഗോമസ്) എന്നിവ അവയിൽ ചിലതാണ്. ഒരു ഏകകത്തിൽനിന്ന് മറ്റൊന്നിന്റെ അർഥമുണ്ടാക്കുന്നതിന് വിപരീതാവസ്ഥ സഹായിക്കുന്നു. 1. ഒട്ടുവിൽ അയാൾ കരം കെട്ടി (നികുതി, കൈ) 2. നല്ല തലയുള്ള ആൾ (ബുദ്ധി, സൗന്ദര്യം) ഇവിടെ രണ്ട് അർഥങ്ങളും എതിരാളികളായി നിൽക്കുകയാണ് ഏതുകാര്യത്തിൽ ശ്രദ്ധയൂന്നുന്നുവോ അതിന്റെ അടിസ്ഥാനത്തിലാണ് അർഥം ലഭിക്കുന്നത്. അങ്ങനെവരുമ്പോൾ ഒന്നിന്റെ അർഥം മാറ്റിനിർത്തി മറ്റൊന്നിന്റെ അർഥം പ്രകടമാകുകയാണ് ചെയ്യുന്നത്. ഈ സ്വയാശ്രയത ആപേക്ഷികമായും വരും. ചോറിന് രസമില്ല എന്നതിലെ രസം കൂട്ടാനോ രുചിയോ ആകാം. രസം മെർക്കുറിയോ കലകളിലെ രസമോ ആകുമ്പോൾ തലങ്ങളും വ്യത്യസ്തമാകുന്നു. അതിനാൽ ഇവ സത്താപരമായി വ്യത്യസ്തയുള്ളവയാണ്. അതുകൊണ്ട് എല്ലാ രസവും 'രസ'മല്ലയെന്ന് പറയാനകുന്നത്. സമ്പൂർണമായ അർഥമുണ്ടാക്കാൻ വിപരീതങ്ങളും ഗണിക്കണം. ഇവ അർഥപരമായി തുല്യതയുള്ളവയല്ല എന്നതാകുന്നു കാരണം.

ഉപസംഹാരം

ധാതു, അംഗം, പദം, പദസംഹിത എന്നിവയിൽ ചേർക്കുന്ന ബദ്ധരൂപിമമാണ് പ്രത്യയം. മുൻപ്രത്യയം, പിൻപ്രത്യയം, മധ്യപ്രത്യയം, മേൽപ്രത്യയം, ഉൾപ്രത്യയം എന്നിങ്ങനെ പ്രത്യയങ്ങളെ വിഭജിക്കാവുന്നതാണ്. ഭാഷയെ നിർണയിക്കുന്നതുതന്നെ പ്രത്യയങ്ങളാകായാൽ അവയ്ക്ക് വലിയ പ്രാധാന്യമുണ്ട്. സൈബർയുഗത്തിൽ പ്രത്യയങ്ങളുടെ നിഘണ്ടുവിന് പ്രാധാന്യം ഏറിവരികയാണ്. രൂപിമപഠനവും അർഥപഠനവും ഏറെക്കുറെ ശോഷിച്ച കിടക്കുന്ന മലയാളഭാഷാപഠനത്തിന് പുത്തനുണർവ് നൽകാനും ഭാഷയെ കമ്പ്യൂട്ടർഫ്രെണ്ടലിയാക്കാനും ഇത് ഉപകരിക്കും.

കമ്പ്യൂട്ടറാധാരഭാഷാശാസ്ത്രവും ഭാഷാസാങ്കേതികതയും മുന്നേറണമെങ്കിൽ അത്യാവശ്യം ചെയ്യേണ്ട കാര്യം മലയാളത്തിലൊരു പ്രത്യയനിഘണ്ടു തയ്യാറാക്കുക എന്നതാകുന്നു. ലെക്സിക്കൻ ക്രിയേറ്റർ പോലുള്ള ബഹുവിധപ്രയോജനോപകരണങ്ങളുടെ നിർമാണത്തിന് ഇത് ഏറെ പ്രയോജനപ്പെടും. മലയാളപ്രത്യയങ്ങളുടെ കോർപ്പസ്

ഉണ്ടാക്കുകയാണ് ആദ്യം ചെയ്യേണ്ടത്. ഇന്നത്തെ സാഹചര്യത്തിൽ ഒരു വ്യക്തിക്ക് ചെയ്യാൻ പറ്റുന്ന കാര്യമല്ല പ്രത്യയനിഘണ്ടുനിർമാണമെന്ന് തോന്നുന്നു. അർഥവിജ്ഞാനം, നിഘണ്ടുനിർമാണം, അക്ഷരശോധിനി എന്നിവയുടെ നിർമാണത്തിന് പ്രയോജനകരമായിരിക്കുമിത്; അതുപോലെ ഭാഷാപഠനത്തിനും.

Biblography

Fontenelle, Thierry. 2012. "Lexicon Creator: A Tool for Building Lexicons for Proofing Tools and Search Technologies', in Computational Lexicography and Lexicology (downloaded article).

Girish, P.M. 2007. 'Malayalam Lexicon Creator: Trouble Spot and Trouble Shoot' (unpublished seminar paper, presented in the International conference on Lexicography held at University of Madras, Chennai

പ്രബോധചന്ദ്രൻനായർ, വി.ആർ. 2012. *ഭാഷാശാസ്ത്രനിഘണ്ടു.* തിരുവനന്തപുരം: കേരളഭാഷാ ഇൻസ്റ്റിറ്റ്യൂട്ട്.

* മൈക്രോസ്സോറ്റ്-ലെക്സിക്കൻ ക്രിയേറ്ററിന്റെ ലോക്കലൈസേഷന്റെ ഭാഗമായി ചെന്നൈയിലെ ഒരു ഐ. ടി സ്ഥാപനം മലയാളം ലെക്സിക്കൻ ക്രിയേറ്റർ തയ്യാറാക്കുന്ന പദ്ധതി ഏറ്റെടുത്തിരുന്നു. അതിന്റെ ഭാഷോപദേഷ്ടാവ് എന്ന നിലയിലെ അനുഭവങ്ങളാണ് ഈ ലേഖനത്തിന് ആധാരം. കമ്പ്യൂട്ടർ അധിഷ്ഠിതഭാഷാശാസ്ത്രം അറിയുന്നൊരാളുടെ കുറിപ്പില്ല എന്നോർത്താലും.

അടിക്കുറിപ്പ്

1. വിശദവിവരങ്ങൾക്ക് കെ. എം. പ്രഭാകരവാരിയരുടെ *മലയാളവ്യാകരണസമീക്ഷ* കാണുക
2. ഒരു പദത്തിന്റെ അർഥവുമായി ബന്ധപ്പെട്ടുവരുന്ന പദങ്ങൾ ഏവ? (പഴയകാലത്തെ നിഘണ്ടുരചയിതാക്കൾ അന്വേഷിച്ചിരുന്ന പ്രധാന ഗവേഷണചോദ്യം ഇതായിരുന്നു) അതിന്റെ അടിസ്ഥാനത്തിലായിരുന്നു നിഘണ്ടുലേഖകങ്ങൾ അവർ തയ്യാറാക്കിയിരുന്നത്. വളരെ സ്വാഭാവികമായ തലങ്ങളിലും സന്ദർഭങ്ങളിലും പദപ്രയോഗത്തിന്റെ സാഹചര്യത്തെ കണ്ടെത്താൻ കൊർപ്പസ് സഹായിക്കുന്നു. പദങ്ങളുടെ പ്രയോഗത്തിന്റെ ആവൃത്തി മനസ്സിലാക്കുവാൻ സഹായിക്കുന്നു. ഒരേ അർഥമുള്ള പദങ്ങളിൽ ഏതിന് പ്രയോഗപ്രചാരമെന്ന് മനസ്സിലാക്കാൻ സഹായിക്കുന്നു. ഉദാഹരണത്തിന് വെള്ളം, ജലം, അച്ഛൻ- പിതാവ്, സമുദ്രം-കടൽ എന്നിവയിൽ ഏതിനാണ് കൂടുതൽ പ്രചാരമെന്ന് മനസ്സിലാക്കാൻ സഹായിക്കുന്നു.
3. ഒരു പദത്തിന്റെ വ്യതിരിക്തഭാഷാതലം മനസ്സിലാക്കുന്നതിന് സഹായിക്കുന്നു. ഭാഷാഭേദം, സാന്ദർഭികഭാഷാഭേദം, പ്രാചീനപദം എന്നിങ്ങനെയുള്ളവ കണ്ടെത്താൻ സഹായിക്കുന്നുവെന്നർഥം. മയ്യത്ത്(മു.ഭാ), മാമോദീസ(ക്രി.ഭാ), പൂണൂൽ(ബ്രാ.ഭ) എന്നിവ ഉദാഹരണങ്ങൾ.

4. സഹസ്ഥിതപദങ്ങളെക്കുറിച്ചുള്ള അറിവ് നൽകുന്നു. അതായത് ഒരു പദത്തിനോടുമാത്രം ചേർന്നുവരുന്ന പദങ്ങളെക്കുറിച്ച് മനസ്സിലാക്കാൻ സഹായിക്കുന്നു. ഇത് ചൂടുചായ(ഉഷ്ണിച്ച ചായ), കുട്ടി ഉണ്ണുന്നു(പട്ടി ഉണ്ണുന്നു), കടൽ ഇരമ്പുന്നു - വറക്കുന്നു വരവും ചെലവും പാത്തും പതിഞ്ഞും, ഇതേപോലെ വ്യാകരണത്തിലെ ലിംഗം, വചനം, കാരകം, പ്രകാരം, സന്ധി മുതലായവയിലെ വർഗങ്ങൾ തമ്മിലുള്ള ബന്ധം സഹസ്ഥിതി ബന്ധംതന്നെയാകുന്നു. സാഹിത്യഭാഷയിൽ ഈ സഹസ്ഥിബന്ധം തെറ്റുന്നതും കാണാം. പദങ്ങളുടെ അർഥത്തെക്കുറിച്ചും അവയുടെ വിതരണത്തെക്കുറിച്ചും അറിവ് നൽകുന്നു.

5. പ്രത്യക്ഷമായ തോതിൽ പര്യായപദങ്ങളും അവയുടെ വിതരണവും മനസ്സിലാക്കാൻ സഹായിക്കുന്നു.

6. വെബ് ദുനിയയിലെ ബെന്നിയോട് കടപ്പാട്

●

ഭാഷോത്പത്തി: നവീനപഠനരീതി

ആമുഖം

ന്യൂറോ സയൻസിലെ മാർക്കോപോളോ എന്ന് വിശേഷിപ്പിക്കപ്പെടുന്ന വി. എസ്. രാമചന്ദ്രൻ മസ്തിഷ്കഗവേഷണത്തിന്റെ അടിസ്ഥാനത്തിൽ രൂപപ്പെടുത്തിയ ഭാഷോത്പത്തിസിദ്ധാന്തത്തെ പരിചയപ്പെടുത്തുകയാണ് ഈ പ്രബന്ധത്തിന്റെ ലക്ഷ്യം.

ഭാഷോത്പത്തിയെക്കുറിച്ച് നമുക്ക് വളരെ പരിമിതമായ അറിവേയുള്ളൂ. എങ്കിലും ഭാഷ എങ്ങനെ ഉണ്ടായി എന്നതിനെക്കുറിച്ച് വ്യത്യസ്ത വിജ്ഞാനധാരകളിൽപെടുന്ന ചിന്തകർ തങ്ങൾക്കിണങ്ങുന്ന തരത്തിൽ ധാരാളം പരികല്പനകൾ അവതരിപ്പിച്ചിട്ടുണ്ട്. നൂറായിരം വർഷങ്ങൾക്കുമുമ്പ് ഭാഷ ആവിർഭവിച്ചിട്ടുണ്ടെന്നാണ് പൊതുവെ ഭാഷാശാസ്ത്രജ്ഞർ വിശ്വസിക്കുന്നത്. എന്നാൽ പുരാതന മനുഷ്യമസ്തിഷ്കത്തിൽ ഭാഷയ്ക്കുവേണ്ടിയുള്ള തലം ഒന്നോ രണ്ടോ മില്യൻ വർഷങ്ങൾക്കുമുമ്പുതന്നെയുണ്ടെന്ന് ചില നരവംശശാസ്ത്രജ്ഞർ ചൂണ്ടിക്കാണിക്കുന്നു. പുരാവസ്തുഗവേഷകരാകട്ടെ, ഇന്ന് അർഥമാക്കുന്ന രീതിയിലുള്ള ഭാഷ ഉടലെടുത്തിട്ട് ഏതാണ്ട് നാല്പതിനായിരമോ അമ്പതിനായിരമോ വർഷങ്ങളേ ആയിട്ടുള്ളൂവെന്ന് അഭിപ്രായപ്പെടുന്നു.

ഭാഷോത്പത്തിയെക്കുറിച്ച് കെ. എം. പ്രഭാകരവാരിയർ(2016) *പൂർവകേരളഭാഷ* എന്ന പുസ്തകത്തിൽ വിവരിക്കുന്ന കാര്യം ഈ സന്ദർഭത്തിൽ പ്രസക്തമാണ്. "ഭാഷോത്പത്തിയെക്കുറിച്ച് അവതരിപ്പിക്കപ്പെട്ട സിദ്ധാന്തങ്ങൾ നിരവധിയാണ്. എപ്പോഴാണ് മനുഷ്യൻ ഭാഷ ഉപയോഗിക്കാൻ തുടങ്ങിയത്? ആദ്യം സംസാരിച്ച

തുടങ്ങിയ ഭാഷ ഏതാണ്? ഭാഷ സ്വാംശീകരിക്കുന്നതിൽ മനുഷ്യൻ ഏതെല്ലാം പ്രക്രിയകളെയാണ് അവലംബിച്ചിട്ടുള്ളത്? ഈ ചോദ്യങ്ങൾ അന്വേഷണകുതുകികളെ എക്കാലത്തും ആകർഷിച്ചിരുന്നു. ഭാവനാസമ്പന്നരായ പലരും ഭാഷോത്പത്തിസംബന്ധിയായ പല സിദ്ധാന്തങ്ങളും അവതരിപ്പിച്ചു. ഒന്നിനുപോലും സാർവത്രികമായ അംഗീകാരം ലഭിച്ചില്ല. വ്യാക്ഷേപകങ്ങളാണ് ഭാഷാശബ്ദങ്ങളായിത്തീർന്നതെന്നും പ്രകൃതിശബ്ദങ്ങളെ അനുകരിച്ചതിന്റെ ഫലമായാണ് ഭാഷണശബ്ദങ്ങൾ ഉദ്ഭവിച്ചതെന്നും ഭാഷാശബ്ദങ്ങൾക്കും അവ സൂചിപ്പിക്കുന്ന ആശയങ്ങൾക്കും തമ്മിൽ നിഗൂഢമായ ബന്ധം ഉണ്ടെന്നും ആ ബന്ധങ്ങളുടെ പ്രത്യക്ഷീകരണങ്ങളാണ് ഭാഷ എന്നും കൂട്ടുപ്രവർത്തനങ്ങൾക്കിടയിൽ ആയാസം കുറയ്ക്കാൻ പുറപ്പെടുവിപ്പിച്ച മൗഖികശബ്ദങ്ങളാണ് ഭാഷയുടെ പൂർവരൂപങ്ങൾ എന്നും മറ്റും പലതരത്തിലുള്ള അഭിപ്രായങ്ങൾ വന്നുകഴിഞ്ഞിട്ടുണ്ട്. ഈ സിദ്ധാന്തങ്ങൾക്കെല്ലാം രസകരങ്ങളായ ചില പേരുകളും ഉണ്ട്. ഫു ഫു സിദ്ധാന്തം, ബൗ ബൗ സിദ്ധാന്തം, യൊാം-ഹി ഹൊ സിദ്ധാന്തം എന്നിങ്ങനെ. അവതാരകരുടെ കല്പനാവൈഭവങ്ങളെന്ന നിലയിൽ ഈ സിദ്ധാന്തങ്ങൾ ശ്രദ്ധാർഹങ്ങളായിരിക്കാം. അപൂർവം ചില പദങ്ങളുടെ വ്യുൽപത്തി ചൂണ്ടിക്കാണിക്കാൻ ഈ സിദ്ധാന്തങ്ങൾ സഹായിച്ചേക്കാം. അതിനപ്പുറം അവയ്ക്ക് സ്വീകരണീയത അവകാശപ്പെടാൻ കഴിയില്ലെന്ന് പലരും വ്യക്തമാക്കിയിട്ടുണ്ട്. ഭാഷ ഈശ്വരസൃഷ്ടിയാണെന്ന് മതങ്ങൾ വിശ്വസിക്കുന്നു. ഈശ്വരനാണ് ആദാമിന് വസ്തുക്കൾക്ക് നാമകരണം ചെയ്യാനുള്ള കഴിവ് നൽകിയതെന്ന് ബൈബിളിൽ പറയുന്നു. തോത് എന്ന ദേവന്റെ സൃഷ്ടിയാണ് ഭാഷണമെന്ന് ഈജിപ്തുകാരും നബു എന്ന ദേവനാണ് ഭാഷ സൃഷ്ടിച്ചതെന്ന് ബാബിലോണിയക്കാരും ശബ്ദബ്രഹ്മമാണ് ഭാഷോദ്ഭവഹേതുവെന്ന് ഹിന്ദുമതക്കാരും വിശ്വസിക്കുന്നു. മനുഷ്യൻ പ്രയോഗിച്ചിരിക്കുന്ന വാക്കുകളുടെയും അവയിൽ അന്തർഭവിച്ചിരിക്കുന്ന ആശയങ്ങളുടെയും അധിഷ്ഠാനമാണ് പരബ്രഹ്മമെന്ന് ഭർതൃഹരി വ്യക്തമാക്കുന്നു. കൂടാതെ ഓരോ മതവും ഭാഷയ്ക്ക് കൊടുക്കുന്ന പ്രാമുഖ്യത്തിന്റെ അടിസ്ഥാനത്തിൽ ആദ്യം ഉണ്ടായ ഭാഷയെക്കുറിച്ചും ചില സങ്കല്പങ്ങൾ അവതരിപ്പിക്കുന്നുണ്ട്. ഒരു കടലാമ വഴിയാണ് സ്വർഗത്തിൽനിന്ന് ഭാഷ ഭൂമിയിലെത്തിയതെന്ന് ചീനക്കാർ വിശ്വസിക്കുന്നു. ഭാഷോത്പത്തി സങ്കീർണമാണെന്ന കാര്യമാണ് ഇവയെല്ലാം സൂചിപ്പിക്കുന്നത്". അല്പമെങ്കിലും ശാസ്ത്രീയമായ വിശകലനം നൽകാൻ ആധുനികഭാഷാശാസ്ത്രജ്ഞർ ശ്രമിച്ചിട്ടുണ്ട്. അവയിൽ പ്രധാനമായവ: (1) ഭാഷാജൈവികപരികല്പന :സങ്കരഭാഷയേയും വെങ്കലഭാഷയേയും അടിസ്ഥാനമാക്കി

ഡെർക്ക് ബിക്കെർട്ടനാണ് ഈ പരികല്പന മുന്നോട്ടുവെച്ചത്. ജന്മവാസനയിൽനിന്ന് രൂപംകൊള്ളുന്ന ജൈവികപ്രക്രിയയിൽ നിന്നാണ് ഭാഷ രൂപപ്പെട്ടത് എന്നാണ് അദ്ദേഹത്തിന്റെ വാദം. വെങ്കലഭാഷയുടെയും ഭാഷാർജ്ജനത്തിന്റെയും പഠനങ്ങളിൽനിന്ന് ലഭിച്ച ഉൾക്കാഴ്ചയുടെ അടിസ്ഥാനത്തിലാണ് അദ്ദേഹം ഇക്കാര്യം വ്യക്തമാക്കുന്നത്. ഭാഷാർജ്ജനത്തിനായുള്ള ഘടനയുമായാണ് ശിശു ജനിക്കുന്നതെന്നാണ് അദ്ദേഹത്തിന്റെ വാദം. (2) ജനിതകപരികല്പന: ജീനുകളുമായി ബന്ധപ്പെടുത്തി ഭാഷോത്പത്തിയെ പഠിച്ച് ഈ പരികല്പന രൂപപ്പെടുത്തിയത് ജെഫ്രി സാംപ്സണാകുന്നു. പല്ലു മുളയ്ക്കുന്നതുപോലെയുള്ളൊരു ജനിതകപ്രക്രിയയാണ് ഭാഷോത്പത്തിയെന്ന് അദ്ദേഹം പറയുന്നു.

ഭാഷോത്പത്തിയെക്കുറിച്ചുള്ള അന്വേഷണം താരതമ്യേന നിശ്ചലമായ സന്ദർഭത്തിൽ അത് വീണ്ടും സജീവചർച്ചയാകുന്നത് നോം ചോംസ്കിയുടെ ഭാഷാർജ്ജനസിദ്ധിയെക്കുറിച്ചുള്ള നിരീക്ഷണങ്ങളിലൂടെയാണ്.

നോം ചൊംസ്കിയും ഭാഷോത്പത്തി നിരീക്ഷണവും

ബി.എഫ്.സ്കിന്നറെ എതിർത്തുകൊണ്ടാണ് ചൊംസ്കി തന്റെ നിലപാടുകൾ വിശദീകരിച്ചത്. മുതിർന്നവരുടെ ഭാഷാപ്രയോഗങ്ങൾ അനുകരിച്ചാണ് കുട്ടി ഭാഷ പഠിക്കുന്നതെന്നായിരുന്നല്ലോ സ്കിന്നറുടെ അനുമാനം. ഭാഷണവൃത്തിയായിട്ടാണ് ഭാഷയെ സ്കിന്നർ പരിഗണിച്ചത്. ഭാഷാപഠനത്തിൽ ധൈഷണികവൃത്തികൾക്കുള്ള പങ്ക് സ്കിന്നർ അംഗീകരിക്കുന്നുമില്ല. മനുഷ്യരുടെ ഇതര ചേഷ്ട (behaviour)കളെപോലെ ഭാഷാപഠനവും പൂർണമായും പ്രബലനത്തെ (reinforcement)ആശ്രയിച്ചാണ് നിലനിൽക്കുന്നത് എന്ന് അദ്ദേഹം കരുതി. കുട്ടി പുറപ്പെടുവിക്കുന്ന ശബ്ദങ്ങളെയും പദങ്ങളെയും വാക്യങ്ങളെയും പ്രബലനം ചെയ്തുകൊണ്ട് മുതിർന്നവർ അംഗീകരിക്കുന്ന ഭാഷാമാനകങ്ങളിലേക്ക് കുട്ടിയെ എത്തിക്കാമെന്ന് സ്കിന്നർ(1957) വാദിച്ചു. 'A Critique on Skinner's Verbal Behaviour' (1959) എന്ന നിബന്ധത്തിൽ ഈ കാര്യങ്ങളെയെല്ലാം ചൊംസ്കി ചോദ്യംചെയ്തു. ചേഷ്ടാവാദികളുടെ പ്രേരണ (Stimulus), പ്രതികരണം (response) എന്നീ ആശയങ്ങൾക്കിടയിൽ ധൈഷണികധർമം എന്നൊന്നു കൂടിയുണ്ടെന്ന് ചൊംസ്കി പറഞ്ഞു. മനുഷ്യമനസ്സിനു മാത്രം അനുഷ്ഠിക്കാൻ കഴിയുന്ന ധർമമാണിത്. ഭാഷാപഠനം ഇതിനെയാണ് ആശ്രയിക്കുന്നത്. വർഗീകരിക്കാനും പ്രശ്നങ്ങൾ നിർധാരണം ചെയ്യാനുമുള്ള കഴിവാണിത്. ഇങ്ങനെ നോക്കുമ്പോൾ ഭാഷാശാസ്ത്രത്തിൽ ധിഷണയുടെ പ്രാധാന്യം ആദ്യം വ്യക്തമാക്കിയത്

ചൊംസ്കിയാണെന്ന് കാണാം. പക്ഷേ അദ്ദേഹം ധിഷണയെ സാർവ്വലൗകികവ്യാകരണം (Universal Grammar) എന്ന കാഴ്ചപ്പാടുമായി ബന്ധിപ്പിക്കാൻ ഉത്സാഹിക്കുകയായിരുന്നു. വാക്യരചനയ്ക്കുള്ള അടിസ്ഥാനതത്ത്വങ്ങൾ എല്ലാ ഭാഷകളിലും പൊതുവായായുള്ളതാണെന്നും അതു ജന്മസിദ്ധമാണെന്നും 'ഭാഷ ജന്മസിദ്ധ'മാണെന്ന പരികല്പന അവതരിപ്പിച്ചുകൊണ്ട് അദ്ദേഹം വാദിച്ചു.

വളരെ പരിമിതമായ ഭാഷാവസ്തുക്കളിൽനിന്ന് സങ്കീർണമായ ഭാഷാവ്യവസ്ഥ സൃഷ്ടിച്ചെടുക്കാൻ ശിശുവിന് കഴിയുന്നത് എങ്ങനെയെന്ന് ചൊംസ്കി ചിന്തിച്ചു. 'വ്യാകരണപരമായി ശരിയായ വാക്യങ്ങളെ പ്രജനിപ്പിക്കുന്നതാണ് വ്യാകരണം എന്നു പറഞ്ഞാൽ പോരാ; വക്താവിന്റെ മനസ്സിലാണ് വ്യാകരണം നിലനിൽക്കുന്നത്, ഭാഷയുടെ കരടുരൂപവുമായിട്ടാണ് മനുഷ്യൻ ജനിക്കുന്നത്. പ്രേരണക്കുറവ് (Poverty of Stimulus) എന്ന പരികല്പന മുന്നോട്ടുവെച്ച് ചൊംസ്കി വാദിക്കുന്നു. (ഇതിന് പ്ലാറ്റോയുടെ പ്രശ്നമെന്ന മറ്റൊരു പേരുമുണ്ട്). അനുഭവത്തിന് അതീതമായ കാര്യങ്ങളെക്കുറിച്ചുള്ള അറിവ് മനുഷ്യന് ലഭിക്കുന്നത് എങ്ങനെയെന്ന് ആദ്യമായി ചിന്തിച്ചത് പ്ലാറ്റോയായിരുന്നു. അനുഭവത്തിന്റെ ഫലമായി അറിവ് ലഭിക്കുന്നതിനുമുമ്പ് മനുഷ്യന് ഒട്ടേറെ അറിവുകളുണ്ടെന്നാണ് പ്ലാറ്റോയുടെ വാദം). ശിശുവിന് ഭാഷയെക്കുറിച്ചുള്ള മുന്നറിവുള്ളതുകൊണ്ടാണ് ഭാഷപോലുള്ള സങ്കീർണവ്യവസ്ഥ വളരെ ചെറുപ്പത്തിൽത്തന്നെ ആർജ്ജിച്ചെടുക്കാൻ സാധിക്കുന്നതെന്ന് പ്ലാറ്റോയെ പിൻതുടർന്ന് ചൊംസ്കിയും സിദ്ധാന്തിക്കുന്നു. ഭാഷയെക്കുറിച്ചുള്ള പൂർവസ്മരണയാണിത്; ജനിതകസിദ്ധികൂടിയാണിത്. അതിനാൽ നൈസർഗികമായ അറിവിനെയാണ് ചൊംസ്കി പ്രേരണക്കുറവ് എന്ന് വിളിക്കുന്നത്.

മനുഷ്യജീവികുമാത്രമുള്ള ജന്മ-സിദ്ധസവിശേഷതകളിൽപ്പെട്ട ഭാഷാർജ്ജനനൈപുണിമൂലമാണ് ഭാഷ സ്വാംശീകരിക്കുന്നതിൽ മറ്റൊരു ജീവികുമില്ലാത്ത വൈഭവം മനുഷ്യനിൽ കാണുന്നത്. ഏതു ഭാഷയുടെയും ആധാരഭൂതമായ സാർവലൗകികവ്യാകരണം എന്ന സങ്കല്പത്തിന്മേലാണ് ഭാഷാർജ്ജനസിദ്ധിയെന്ന സങ്കല്പത്തിന്റെ നില. ലോകഭാഷകളിലെ വാക്യഘടന പലതരത്തിലും അന്യോന്യഭിന്നമായിരിക്കുമെങ്കിലും അവയ്ക്കെല്ലാം പൊതുവായ ഏതാനും തത്വങ്ങളെങ്കിലും ഉണ്ടാവാതെ വയ്യാ. അവ സ്വാംശീകരിക്കാൻ സഹായകമാവുന്നത് ഭാഷാർജ്ജനസിദ്ധിയുള്ളതുകൊണ്ടാണത്രേ. ധൈഷണികഭാഷാശാസ്ത്രജ്ഞർ ചൊംസ്കിയുടെ നിലപാടുകളെ എതിർക്കുന്നുണ്ട്. അവരെ സംബന്ധിച്ചിടത്തോളം ഭാഷാഘടന മനുഷ്യരുടെ ധൈഷണികവൃത്തിയുടെ പ്രത്യക്ഷപ്രതിഫലനമാണ്.

മസ്തിഷ്കത്തിൽ സാർവ്വലൗകികവ്യാകരണംപോലുള്ള ഒരു സ്വത ന്ത്രസിദ്ധിയില്ല. അഥവാ അപ്രകാരം ഒന്നുണ്ടെങ്കിൽത്തന്നെ അത് മനുഷ്യരുടെ പൊതുധൈഷണികപ്രക്രിയകളിൽ വേരൂന്നിയതായി രിക്കും. ചിന്ത, ഗ്രഹണം, തുടങ്ങിയവയെല്ലാം സങ്കല്പനപ്രക്രിയകളുടെ ഭാഗമാകുന്നു. സംസാരത്തെയും ഗ്രഹണത്തെയും നിയന്ത്രിക്കുന്ന മനുഷ്യമനസ്സിലെ ധൈഷണികപ്രക്രിയയുടെ ഉത്പന്നങ്ങളാണ് വാക്യം, രൂപിമം, സ്വനിമം എന്നിവ. ഈ ആശയത്തെ റൊണാൾഡ് ലങ്ഗാക്കർ (1999) 'വാക്യം ഒരു ധാരണയാകുന്നു' എന്ന വാക്യ ത്തിൽ ഒതുക്കുന്നു. ഭാഷയെക്കുറിച്ചുള്ള അറിവ് എവിടെനിന്ന് വരുന്നു എന്ന കാര്യത്തിലും ചൊംസ്കിയും ധൈഷണികഭാഷാശാസ്ത്രജ്ഞരും വ്യത്യസ്താഭിപ്രായക്കാരാണ്. സാർവലൗകികവ്യാകരണത്തിന്റെ ഫലമായി ഭാഷാഘടകങ്ങളെ കൂട്ടിയിണക്കാനാവുമെന്നും ഇത് കുട്ടിക്ക് ജന്മസിദ്ധമായി ലഭിക്കുന്നുവെന്നും ചൊംസ്കി കരുതുന്നു. ധൈഷണികഭാഷാശാസ്ത്രജ്ഞരെ സംബന്ധിച്ചിടത്തോളം ഭാഷാപ്ര യോഗങ്ങളിൽനിന്നാണ് ഭാഷയെക്കുറിച്ചുള്ള അറിവ് ലഭിക്കുന്നത്. മറ്റ് ധൈഷണികവൃത്തികൾ പഠിച്ചെടുക്കുന്നതുപോലെയാണ് ഭാഷയും ശിശു സ്വരൂപിച്ചെടുക്കുന്നത്. മാനസികബിംബങ്ങൾ, പൊതുധൈഷണികപ്രക്രിയകളുടെ അടിസ്ഥാനതലത്തിലുള്ള വർഗീ കരണം തുടങ്ങിയവയൊന്നും പ്രജനകാർഥവിജ്ഞാനം കൈകാര്യം ചെയ്യുന്നില്ല. ചുരുക്കിപ്പറഞ്ഞാൽ ഭാഷോത്പത്തിയുമായി ബന്ധപ്പെട്ട പ്രസക്തമായ കാര്യങ്ങളിൽ ഭിന്നമായ രീതിയിൽ അവതരിപ്പിക്കുക യാണ് ചൊംസ്കിയും ധൈഷണികഭാഷാശാസ്ത്രജ്ഞരും.

ചൊംസ്കിയുടെ ഭാഷോത്പത്തി പരികൽപനയോട് വി. എസ് രാമചന്ദ്രൻ ഭാഗികമായി വിയോജിക്കുന്നു. മസ്തിഷ്കധർമം, ജൈവപരി ണാമം എന്നിവയെക്കുറിച്ചുള്ള നൂതന അറിവുകൾ അവഗണിച്ചുകൊ ണ്ട് മസ്തിഷ്കത്തിൽ എന്തോ അത്ഭുതംസംഭവിച്ചുവെന്ന രീതിയിലുള്ള പരികല്പന മുന്നോട്ടുവെച്ചുകൊണ്ടാണ് ചൊംസ്കിയുടെ പരികല്പന നിലനിൽക്കുന്നത്. ഈ സാഹചര്യത്തിലാണ് വൈജ്ഞാനിക രംഗത്തെ വിസ്ഫോടനം എന്നു വിശേഷിപ്പിക്കാവുന്ന തലച്ചോറിലെ മിറർ ന്യൂറോണിനെ അടിസ്ഥാനമാക്കിയുള്ള ഭാഷോത്പത്തി സിദ്ധാന്തത്തിന്റെ പ്രസക്തി.

മിറർന്യൂറോൺ അഥവാ കണ്ണാടിനാഡി

വിശ്വപ്രശസ്ത ന്യൂറോശാസ്ത്രജ്ഞനായ റിസ്സോലറ്റിയാണ് മിറർ ന്യൂറോൺ എന്ന നാഡീകോശം കണ്ടെത്തിയത്. ഇതേക്കുറിച്ച് ഇറ്റലിയിലെ പാർമ യൂണിവേഴ്സിറ്റിയിലെ ന്യൂറോസയൻസ് വിഭാഗ ത്തിലെ പ്രൊഫസറായ വിക്ടോറിയ ഗയെസെ, ഇങ്ങനെ പറയുന്നു:

'കുരങ്ങന്മാരുടെ തലച്ചോറിലെ പ്രീമോട്ടോർ കോർട്ടക്സിലാണ് മിറർ ന്യൂറോൺ ആദ്യം കണ്ടെത്തിയത്. കൈകൊണ്ടോ വായകൊണ്ടോ അല്ലെങ്കിൽ രണ്ടും ഉപയോഗിച്ചോ ചെയ്യുന്ന പ്രവൃത്തികൾ ഉത്തേജിപ്പിക്കുന്ന ചാലകനാഡിയാണ് മിറർ ന്യൂറോൺ. പഴം പറിക്കാൻ ശ്രമിക്കുന്ന കുരങ്ങന്റെ മസ്തിഷ്കത്തിലെ ചാലകനാഡികൾ ഉണരുന്നു. അതു നോക്കിനിൽക്കുന്ന മറ്റൊരു കുരങ്ങന്റെ മസ്തിഷ്കത്തിലും അതേ നാഡികൾ ഉണരുന്നു. ഇത്തരം ദൃശ്യ-ചലനവിനിമയനാഡികളിൽ കൂടുതൽ ഗവേഷണം നടത്തിക്കൊണ്ടിരിക്കുമ്പോൾ ന്യൂറോശാസ്ത്രജ്ഞരുടെ ശ്രദ്ധയിൽ മറ്റൊരു കാര്യം വന്നുപെട്ടു. ഒരാൾ ചെയ്യുന്ന പ്രവൃത്തി മറ്റൊരാൾ നോക്കിനിൽക്കുമ്പോൾ പ്രവൃത്തി ചെയ്യുന്ന ആളിലുണ്ടാകുന്ന നാഡീപ്രവർത്തനങ്ങൾ അതേ രീതിയിൽതന്നെ ആ പ്രവൃത്തി നോക്കിനിൽക്കുന്ന ആളിലും കാണുന്നു. തലച്ചോറിലെ മിറർ ന്യൂറോണിന്റെ പ്രവർത്തനഫലമായാണ് ഇങ്ങനെ സംഭവിക്കുന്നതെന്ന് അവർ കണ്ടെത്തി. അതായത് ഞാനൊരു പ്രവൃത്തി ചെയ്യുമ്പോൾ എന്നിൽ ഉണർന്നു പ്രവർത്തിക്കുന്ന അതേ നാഡീകോശങ്ങൾ ആ പ്രവൃത്തി ചെയ്യുന്ന നിങ്ങളിലും ഉണർന്നു പ്രവർത്തിക്കുന്നു. ഈ സവിശേഷധർമമുള്ള നാഡികൾക്ക് മെറ്റഫോറിക്കലായി മിറർ ന്യൂറോൺ എന്നു പേരിട്ടു' ചുരുക്കിപ്പറഞ്ഞാൽ ഒരാൾ ഒരു പ്രവൃത്തി ചെയ്യുമ്പോൾ ഉണരുന്ന ന്യൂറോണുകൾ അതേ പ്രവൃത്തി നോക്കിനിൽക്കുന്ന മറ്റൊരാളിലും ഉണർന്ന് പ്രവർത്തിക്കും. ഇപ്രകാരം ചാലകധർമവും വീക്ഷണധർമവും ഒരുമിച്ചുചെയ്യുന്ന നാഡീകോശങ്ങളെയാണ് മിറർന്യൂറോണുകൾ എന്നു പറയുന്നത്. പ്രവൃത്തി ചെയ്യുമ്പോൾ ഒരാളിലുണ്ടാകുന്ന നാഡീകോശങ്ങളുടെ ഉണർച്ച അതു നോക്കിനിൽക്കുന്ന മറ്റൊരാളിലും കണ്ണാടിയിലെന്നപോലെ ഉണരുന്നുവെന്നതാണ് ഇതിന്റെ പ്രത്യേകത. മലയാളത്തിൽ ഇതിനെ 'കണ്ണാടി നാഡി' എന്നു വിളിക്കാം. മനുഷ്യരിലെ കണ്ണാടിനാഡി കുരങ്ങന്മാരിലുള്ളതിനേക്കാൾ വളരെയധികം പരിഷ്കരിക്കപ്പെട്ടിട്ടുള്ളതാണ്. ഈ നാഡിയുടെ പ്രധാന സവിശേഷതകൾ: 1. മറ്റുള്ളവരുടെ ഉദ്ദേശ്യങ്ങൾ വായിച്ചെടുക്കാനും അവരുടെ ശബ്ദം അനുകരിക്കാനും സഹായിക്കുന്നു. 2.മറ്റുള്ളവരുടെ ചുണ്ടിന്റെ ചലനങ്ങളും നാവിന്റെ ചലനങ്ങളും അനുകരിക്കാൻ സഹായിക്കുന്നു.

അനുകരണമാണ് കണ്ണാടിനാഡിയുടെ പ്രധാന ധർമമെന്നർഥം. മറ്റു മനസ്സുകളെ മനസ്സിലാക്കാനും മറ്റു മനസ്സുകളോട് താദാത്മ്യം പ്രാപിക്കാനുമുള്ള കഴിവാണ് അനുകരണം. താദാത്മ്യം, അനുതാപം, സഹതാപം എന്നിവയുണ്ടാക്കുന്നതും കണ്ണാടിനാഡികളാകുന്നു.

കണ്ണാടിനാഡി മനുഷ്യന്റെ തലച്ചോറിലുണ്ടെന്ന് പറയുന്നതിന്റെ

അടിസ്ഥാനം രോഗങ്ങളുടെ വിശകലനത്തിലൂടെയാണ് മസ്തിഷ്കഗവേഷകർ സ്ഥാപിക്കുന്നത്. ഉദാഹരണത്തിന് അനോസോഗ്നോഷിയ അതായത് വൈകല്യനിരാസരോഗം പിടിപെട്ടവരെക്കുറിച്ചുള്ള പഠനം. തങ്ങൾക്ക് പിടിപെട്ട പക്ഷാഘാതംപോലുള്ള രോഗം, വൈകല്യനിരാസരോഗം ബാധിച്ചവർ നിരസിക്കും. മാത്രമല്ല പക്ഷാഘാതം പിടിപെട്ട മറ്റുരോഗികളെ കണ്ടാലും അവർക്ക് ആ രോഗം ഉള്ളതായി മനസ്സിലാക്കാൻ കഴിയുകയില്ല. അതിനാൽ രോഗം ഇല്ലെന്ന് പറയും. ഈ രോഗത്തെക്കുറിച്ച് ആഴത്തിൽ പഠിച്ച രാമചന്ദ്രനും കൂട്ടരും കണ്ണാടിനാഡിക്ക് ഏൽക്കുന്ന ക്ഷതമാണ് രോഗകാരണമെന്ന് കണ്ടെത്തി. മറ്റൊരാളെ വിലയിരുത്താനും വായിക്കാനുമുള്ള കഴിവ് പ്രദാനം ചെയ്യുന്നത് കണ്ണാടിനാഡി ആണല്ലോ. ആ കഴിവ് നഷ്ടമാകുന്നതുകൊണ്ടാണ് വൈകല്യങ്ങളെ നിരാകരിക്കുന്നത് (ഓട്ടിസത്തിന് കാരണവും ഇതുതന്നെ).

ഒരു വയസ്സ് തികയുന്നതിനുമുമ്പുതന്നെ ശിശുക്കളിൽ കണ്ണാടിനാഡികൾ പ്രവർത്തനനിരതമാകും. മറ്റുള്ളവരുടെ ചേഷ്ടകളും ചെയ്തികളും കുട്ടികൾക്ക് എളുപ്പം അനുകരിക്കാൻ കഴിയുന്നത് കണ്ണാടിനാഡിയുടെ പ്രവർത്തനഫലമായിട്ടാണ്. പ്രീഫ്രൊണ്ടൽ ലോബ്, പാരൈറ്റൽ ലോബ്, സിൻഗുലേറ്റ്, അമിഗ്ഡല, ഇൻസുല എന്നീ മസ്തിഷ്കഭാഗങ്ങളിലാണ് കണ്ണാടിനാഡികൾ കൂടുതൽ കാണുന്നത് എന്ന് പഠനങ്ങൾ സൂചിപ്പിക്കുന്നു.

ഭാഷോത്പത്തിയും ന്യൂറോവിജ്ഞാനവും

മനുഷ്യമസ്തിഷ്കത്തിൽ ഭാഷ എങ്ങനെ ഉണ്ടായി എന്ന ചോദ്യം ന്യൂറോശാസ്ത്രജ്ഞർ ചോദിക്കുന്നുണ്ട്. ആദിമനിവാസികളുടെ ആദിഭാഷ എന്നു വിളിക്കാവുന്ന ആംഗ്യഭാഷയാണ് സംസാരഭാഷയുടെ ഉത്പത്തിയ്ക്ക് അടിസ്ഥാനമെന്ന് വി. എസ്. രാമചന്ദ്രൻ ഉത്തരം നൽകുന്നു.

ഭാഷയും വിനിമയവും

മൃഗഭാഷപോലുള്ള വിനിമയങ്ങളിൽനിന്ന് മനുഷ്യഭാഷ വ്യത്യസ്തമാണെന്ന് വി. എസ്. രാമചന്ദ്രൻ പറയുന്നു. അഞ്ച് മൗലികഗുണങ്ങളാണ് മനുഷ്യഭാഷയെ സവിശേഷ ആശയവിനിമയോപാധിയാക്കി മാറ്റുന്നതെന്ന് അദ്ദേഹം ചൂണ്ടിക്കാണിക്കുന്നു.

1. നമ്മുടെ പദകോശം വിപുലമാണ്. എട്ടുവയസ്സായൊരു കുട്ടിക്ക് ഏതാണ്ട് അറന്നൂറ് പദങ്ങളെങ്കിലും പരിചയമുണ്ടാകും. മനുഷ്യർക്ക് മൃഗങ്ങളെ അപേക്ഷിച്ച് മെച്ചപ്പെട്ട ഓർമശക്തിയുള്ളതുകൊണ്ടാണ് കൂടുതൽ പദസമ്പത്ത് സൂക്ഷിച്ചുവെയ്ക്കാനാകുന്നത്.

2. പദങ്ങളെ കൂട്ടിയോജിപ്പിക്കുന്നതിലൂടെ അർഥലബ്ധിയുണ്ടാകുന്ന ദ്യോതകപദങ്ങൾ മനുഷ്യഭാഷയുടെ പ്രത്യേകതയാണ്.

3. കാലങ്ങളെ ആദേശംചെയ്യാനുള്ള കഴിവ് മനുഷ്യഭാഷയുടെ പ്രത്യേകതയാണ്. ഭൂതകാലസംഭവങ്ങളെയും വിദൂരസ്ഥലത്തുള്ള കാര്യങ്ങളെയും പരാമർശിക്കാൻ മനുഷ്യഭാഷയ്ക്ക് കഴിയും.

4. മനുഷ്യഭാഷയിൽമാത്രമേ രൂപകങ്ങൾ കാണുന്നുള്ളൂ.

5. മയമുള്ളതും ആവർത്തനസ്വഭാവമുള്ളതുമായ വാക്യഘടനയും മനുഷ്യഭാഷയിലേയുള്ളൂ(2010:226). മേൽ സൂചിപ്പിച്ച അഞ്ച് ഘടകങ്ങളുള്ള ഭാഷയെയാണ് അദ്ദേഹം ആദിഭാഷ എന്നു വിളിക്കുന്നത്. ഇന്ന് കാണുന്നതുപോലുള്ള സമ്പുഷ്ടമായ മനുഷ്യഭാഷയുടെ കരടുരൂപമായാണ് ആദിഭാഷയെ അദ്ദേഹം കാണുന്നത്. ഇക്കാര്യങ്ങളെല്ലാം മസ്തിഷ്കത്തിലുണ്ടാകാനുള്ള കാരണങ്ങൾ അന്വേഷിക്കുകയാണ് യഥാർഥത്തിൽ രാമചന്ദ്രൻ ചെയ്യുന്നത്. ഭാഷയുമായി നേരിട്ട് ബന്ധപ്പെടുന്ന മസ്തിഷ്കതലങ്ങൾ ഏതെല്ലാമാണെന്ന് നോക്കാം.

1. ബ്രോക്കസ് മേഖല 2. കേൾവി കോർട്ടക്സ് 3 വെർനിക്കസ് മേഖല 4. ആംഗുലർ ജൈറസ്സ് 5. ചാലക കോർട്ടക്സിലെ കൈകളുടെ ഭാഗം 6. ചാലക കോർട്ടക്സിലെ മുഖഭാവം 6. ദൃശ്യരൂപങ്ങൾ പ്രതിനിധാനം ചെയ്യുന്ന ഇൻഫെറോ ടെമ്പറൽ കോർട്ടെക്സ് എന്നിവയാണവ. ഇവയിൽ ബ്രോക്കസ് മേഖല സംസാരത്തെയും പദസഞ്ചയത്തെയും നിയന്ത്രിക്കുന്നു. വെർനിക്കസ് മേഖലയിലാണ് അർഥം കുടികൊള്ളുന്നത്. മസ്തിഷ്കരോഗങ്ങളുടെ പഠനത്തിലൂടെയാണ് ഇവയുടെ ആധികാരികത ന്യൂറോശാസ്ത്രജ്ഞർ വ്യക്തമാക്കുന്നത്. വെറിനിക്കസ് മേഖലയിൽ കേട് സംഭവിച്ച രോഗികൾ വ്യാകരണസാധുതയുള്ള വാക്യങ്ങൾ നിർമിക്കുമെങ്കിലും അവയ്ക്ക് അർഥസാധുത ഉണ്ടാവുകയില്ല. എന്നാൽ ബ്രോക്കസ് മേഖലയ്ക്ക് കേടുപറ്റിയ രോഗികൾ അർഥമുള്ള പദങ്ങൾ പറയുമെങ്കിലും അവ വ്യാകരണസാധുവായ വാക്യഘടനയിലൂടെ പറയാനാകില്ല. ധാരാളം കേസ്സ്റ്റഡികളിലൂടെയാണ് വി.എസ്. രാമചന്ദ്രൻ ഇക്കാര്യം ഉറപ്പിക്കുന്നത്. ആംഗുലർ ജൈറസ്സിനും അർഥോത്പാദനത്തിൽ പങ്കുണ്ടെന്നാണ് രാമചന്ദ്രൻ വ്യക്തമാക്കുന്നത്. മസ്തിഷ്കത്തിന്റെ രണ്ട് അർധഗോളത്തിലും ഒരോ ആംഗുലർ ജൈറസ്സുണ്ട്. ദൃശ്യപരവും സ്ഥലപരവും ശരീരപരവുമായ രൂപകങ്ങളുടെ കേന്ദ്രീകരണമേഖലയാണ് മസ്തിഷ്കത്തിന്റെ വലതു അർധഗോളത്തിൽ സ്ഥിതി ചെയ്യുന്ന ആംഗുലർ ജൈറസ്സ്. നാനാർഥം, ശ്ലേഷം തുടങ്ങിയവ നിർമിച്ചെടുക്കാൻ മസ്തിഷ്കത്തിന്റെ

ഇടതുവശത്ത് സ്ഥിതിചെയ്യുന്ന ആംഗുലർ ജൈറസുകൾ സഹായിക്കുന്നു. വസ്തുക്കളുടെ നാമകരണവും ആംഗലർ ജൈറസ്സുകളുടെ മേൽനോട്ടത്തിലാണ് നടക്കുന്നത്. ആദിഭാഷ സംസാരഭാഷയിലേക്ക് മാറിയതിന് തെളിവായി രാമചന്ദ്രൻ അവതരിപ്പിക്കുന്ന മറ്റൊരു കാര്യമാണ് സിൻകിനേഷ്യയും ഭാഷോത്പത്തിയും തമ്മിലുള്ള ബന്ധം. ആംഗ്യഭാഷയെ വാമൊഴിരൂപത്തിലാക്കി മാറ്റിയത് സിൻകിനേഷ്യയാണെന്ന് വി. എസ് രാമചന്ദ്രൻ പറയുന്നു. ആംഗ്യങ്ങളെ വാക്കുകളിലേക്ക് നിരന്തരം വിവർത്തനം ചെയ്യാനുള്ള മസ്തിഷ്കത്തിന്റെ സിദ്ധിയാണ് സിൻകിനേഷ്യ. ഒന്നിച്ചുള്ള ചലനം എന്നാണ് സിൻകിനേഷ്യ എന്ന പദത്തിന്റെ അർഥം. 'സിൻ' എന്നാൽ 'ഒന്നിച്ച്' എന്നും 'കിൻഷ്യ' എന്നാൽ 'ചലനം' എന്നുമാണർഥം. ഒരു വസ്തുവിന്റെ ദൃശ്യഘടനയും ശബ്ദവും തമ്മിൽ സ്വേച്ഛാപരമല്ലാത്ത ബന്ധമുണ്ട്. ദൃശ്യരൂപം അമൂർത്തമായ തലത്തിൽ ശബ്ദത്തെകുറിക്കുന്നു. ഇതൊരു മെന്റൽ മേപ്പിങ്ങ് അഥവാ മാനസികമായ അടയാളപ്പെടുത്തലാണ് ആംഗ്യാധാരവാചകവിവർത്തനസിദ്ധിയാണ് സിൻകിനേഷ്യ. വൈകാരിക ശബ്ദങ്ങൾ പുറപ്പെടുവിക്കുമ്പോൾ കൈകാലുകൾകൊണ്ടുള്ള ആംഗ്യങ്ങൾ വായയുടെ ചലനത്തിലൂടെ അനുകരിക്കുകയും ഒപ്പം വൈകാരികശബ്ദങ്ങൾ പുറപ്പെടുവിക്കുകയും ചെയ്താൽ വാക്കുകൾ പിറക്കുന്നുവെന്നാണ് സിൻകിനേഷ്യയിലൂടെ രാമചന്ദ്രൻ വ്യക്തമാക്കുന്നത്. ചലനത്തോടൊപ്പം നടക്കുന്ന വാചികവിവർത്തനമാണിത്. മസ്തിഷ്കത്തിലുടനീളമുള്ള രൂപരേഖകളെ ബന്ധിപ്പിക്കുക എന്ന ധർമം ഇതിനുണ്ട്. ഇതോടൊപ്പം ആംഗ്യഭാഷ എങ്ങനെ രൂപപ്പെട്ടുവെന്നും അദ്ദേഹം ചിന്തിക്കുന്നുണ്ട്. ക്രിയ ചെയ്യാനായി നൽകപ്പെടുന്ന ചാലകനിർദേശങ്ങളോടൊപ്പം അതിനുള്ള വാക്കുകളും പിറക്കുന്നു. കൈയും വിരലുകളും മുന്നോട്ട് നീട്ടി 'വാ' എന്ന് വിളിക്കുന്നത് ഉദാഹരണം. ആയുധങ്ങൾ നിർമിക്കാനും സാഹചര്യത്തിനു അനുസൃതമായി അവയെ രൂപഭേദം വരുത്തി ആവശ്യങ്ങൾക്ക് അനുസൃതമായി മാറ്റാനുമുള്ള ആദിമനുഷ്യരുടെ സിദ്ധി മനുഷ്യപരിണാമചരിത്രത്തിലെ വൻ വിപ്ലവമായിട്ടാണ് കരുതിപ്പോരുന്നത്. വടിക്കുമേലെ കത്തികെട്ടി തോട്ടിയുണ്ടാക്കുന്നതുപോലെ, പണിയായുധങ്ങൾ കോർത്തുകോർത്തുപയോഗിക്കാനുള്ള ഈ സിദ്ധി ഒരു പദത്തോടൊപ്പം മറ്റൊന്ന് ചേർത്ത് പദവിന്യാസവ്യവസ്ഥയുണ്ടാക്കാൻ സഹായിച്ചിട്ടുണ്ടാകാമെന്നാണ് അദ്ദേഹം ഊഹിക്കുന്നത്. നാഡീസംബന്ധമായ അടിത്തറയിലാണ് ഭാഷോത്പത്തിയെന്ന നിഗമനത്തിലാണ് രാമചന്ദ്രൻ എത്തിനിൽക്കുന്നത്.

തലച്ചോറും ഭാഷയും

ഭാഷാപരിണാമത്തിന് സഹായിച്ച മസ്തിഷ്കഭാഗങ്ങളുടെ ചിത്രസഹിതമുള്ള വിവരണവും രാമചന്ദ്രൻ നൽകുന്നുണ്ട്.

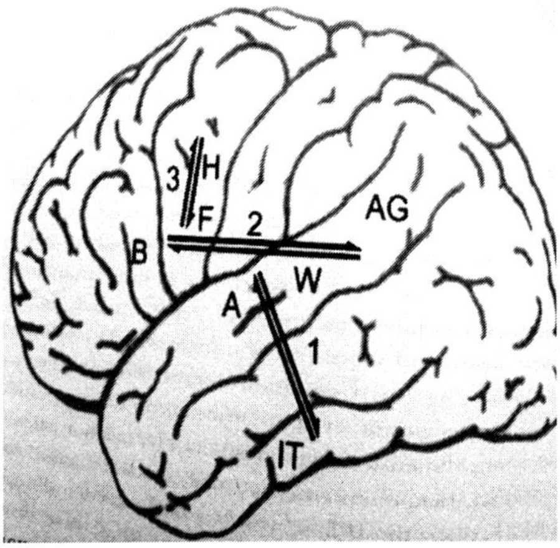

B. ബ്രോക്കസ് മേഖല (ഭാഷണശേഷിയും വാക്യഘടനയും ഉൾക്കൊള്ളുന്ന ഭാഗം)

A. ഓഡിറ്ററി കോർട്ടക്സ് (ശ്രുവ്യനാഡി) ശ്രുവണം നടക്കുന്നു.

W വെർനിക്കസ് മേഖല (ഭാഷാധാരണ, അർഥവിജ്ഞാനം ഉൾക്കൊള്ളുന്ന ഭാഗം)

A. ആംഗുലർ ജൈറസ് (അമൂർത്തമായ കാര്യങ്ങളുടെ സങ്കലനം, വസ്തുക്കളുടെ നാമകരണം എന്നിവയാണ് ഇതിന്റെ ധർമം)

H. കൈയുടെ ചാലകകോർട്ടക്സ് മേഖല (ചലനനിർദ്ദേശം കൈകൾക്ക് പകരുന്ന ചലനനാഡി)

F. മുഖഭാഗത്തിന്റെ ചാലകകോർട്ടസ് (ചുണ്ടിന്റെയും നാക്കിന്റെയും പേശികൾക്ക് ചലിക്കാനുള്ള നിർദേശം നൽകുകയാണ് ഇതിന്റെ ധർമം)

I.T (ഇൻഫ്രോ ടെമ്പറൽ കോർട്ടക്സ് (ദൃശ്യരൂപങ്ങളെ പ്രതിനിധീകരിക്കുന്ന ഭാഗം) (Ramachandran, 2010: 246).

ചിത്രത്തിൽ കാണുന്ന അമ്പടയാളങ്ങൾ ദ്വിമുഖ-സമ്പർക്കത്തെ

കാണിക്കുന്നു. ഇത് മനുഷ്യപരിണാമഘട്ടത്തിൽ ആരംഭിച്ചതായിരിക്കണം. ചിത്രത്തിൽ കാണുന്ന ഒന്ന് എന്ന ഭാഗം 'ഫ്യൂസി ഫാം ഏരിയ' എന്ന് വിശേഷിപ്പിക്കപ്പെടുന്നു. ഇത് കാഴ്ച സംബന്ധമായ വിവരങ്ങളെ കാണിക്കുന്നു. ദൃശ്യപ്രക്രിയ, ബൂബ കികി ഇഫക്ട്, ശ്രവ്യനാഡി എന്നിവയുടെ പ്രവർത്തനങ്ങൾക്ക് മധ്യവർത്തിയായി പ്രവർത്തിക്കുകയാണ് ഇതിന്റെ ധർമ്മം. ചിത്രത്തിൽ കാണുന്ന രണ്ടാംഭാഗത്തിന്റെ ധർമങ്ങൾ:

വെർനിക്കാമേഖലയടക്കമുള്ള ഭാഷാമേഖലയേയും ചാലകമേഖലയേയും ബ്രോക്കസ് മേഖലയേയും തമ്മിൽ ബന്ധിപ്പിക്കുന്നു. (ശബ്ദത്തെയും ചലനത്തെയും ബന്ധിപ്പിക്കുന്നു. ബ്രോക്കസ് മേഖലയിലെ ന്യൂറോണുകളെ മിറർ ന്യൂറോണുമായി ഭാഗികമായി ബന്ധിപ്പിക്കുന്നു). മൂന്നാംഭാഗം: മോട്ടാർ ടു മോട്ടാർ മേപ്പിങ്ങ് (ചലനവും ചലനവും തമ്മിലുള്ള ബന്ധിപ്പിക്കൽ/സിൻകിനേഷ്യ) കൈ ആംഗ്യങ്ങളും നാവിൻചലനം, താടി ചലനം, ചുണ്ടിന്റെ ചലനം എന്നിവയെ പെൻഫിൽഡ്സിൽവെച്ച് ബന്ധിപ്പിക്കുന്നു). ആംഗ്യങ്ങളാണ് ഭാഷയായി പിറന്നത് എന്നതിന് മിറർന്യൂറോൺ ഗവേഷണം കൂടുതൽ തെളിവുകൾ നൽകുന്നുണ്ട്. ചുരുക്കിപ്പറഞ്ഞാൽ ശരീരാവയവങ്ങൾക്കുണ്ടാകുന്ന ചേഷ്ടകൾക്ക് അനുസരണമായി ഉച്ചാരണാവയവങ്ങളും ചലിക്കുന്നു. കൈമുദ്രകളെയും മറ്റ് ആംഗ്യങ്ങളെയും തുടർന്ന് ഓഷ്ഠത്തിനും നാക്കിനും ഉണ്ടാകുന്ന നൈസർഗികമായ ചലനങ്ങളും ശബ്ദങ്ങൾക്ക് കാരണമാകുന്നുണ്ട്. ഇങ്ങനെയുള്ള ശബ്ദങ്ങൾ അതിന് പ്രേരകമായ ആശയങ്ങളെ കുറിക്കുന്ന സങ്കേതങ്ങളായി മാറി. ഇതിൽനിന്ന് രണ്ട് പ്രധാന നിഗമനങ്ങളിലെത്താം: 1. മനുഷ്യന്റെ ആംഗ്യങ്ങളാണ് ഭാഷയായി പിറന്നത്. 2. മിറർന്യൂറോണുകൾക്ക് ശ്രവ്യചോദനകളോട് പ്രതികരിക്കാനുള്ള കഴിവുണ്ട്. അതുകൊണ്ടാണ് ഭാഷോത്പത്തിയുമായി ഇവ ബന്ധപ്പെടുന്നുണ്ടെന്ന് പറയുന്നത്. ആംഗ്യങ്ങളോടൊപ്പം ആദിഭാഷയും പിറന്നെന്ന് പറയാം. ഇതിൽനിന്ന് വ്യത്യസ്തമാണ് അനുകരണ സിദ്ധാന്തം എന്ന വിശേഷിപ്പിക്കപ്പെടുന്ന ഒണോമാറ്റോംപിയ (onomatopoeia) മനുഷ്യന് സഹജമായുള്ള അനുകരണവാസനയെ അടിസ്ഥാനമാക്കി പ്രകൃതിയിലുണ്ടാകുന്ന ശബ്ദങ്ങൾ അനുകരിച്ച് ഭാഷയുണ്ടായി എന്നത്രേ ഈ സിദ്ധാന്തത്തിന്റെ സാരം. ഒരു വസ്തുവിനെയോ ജീവിയെയോ കുറിക്കുന്ന ശബ്ദം പിൽക്കാലത്ത് അവയെ കുറിക്കുന്ന ശബ്ദസങ്കേതമായി മാറി എന്നർഥം. ഉദാഹരണത്തിന് 'കാ..കാ' എന്ന ശബ്ദത്തിൽനിന്ന് 'കാക്ക' ഉണ്ടാകുന്നതുപോലെ. 'ബേ..ബേ..' എന്ന ശബ്ദത്തെ അനുകരിച്ച് പശുവിന് കുട്ടികൾ 'ഉമ്പ'/

'ബേ' എന്ന് പേരിടുന്നതുപോലെ. ഈ അനുകരണസിദ്ധാന്തത്തിൽ നിന്ന് വ്യത്യസ്തമാണ് സിൻകിനെഷ്യയെ അടിസ്ഥാനമാക്കി രാമചന്ദ്രൻ മുന്നോട്ടുവെയ്ക്കുന്ന ഭാഷോത്പത്തി സിദ്ധാന്തം. രാമചന്ദ്രൻ വിശദീകരിക്കുന്ന ഉദാഹരണം നോക്കുക: 'ഇവിടെ വാ' എന്ന് നാം കൈകൊണ്ട് മാടിവിളിക്കുന്നുവെന്നുവെയ്ക്കുക. കൈവിരലുകൾ ഉള്ളംകൈയിലേക്ക് മടക്കിതൊടുന്നതരത്തിലാണ് 'മാടിവിളിക്കുക' എന്ന ആംഗ്യഭാഷ സംഭവിക്കുന്നത്. ഇതേ പ്രവൃത്തിതന്നെ നാവും ചെയ്യുന്നു. നാവ് താലുവിലേക്ക് ഉയർന്ന് താഴുന്നു. എന്നാൽ 'പോ' എന്നു ഉച്ചരിക്കുമ്പോൾ ചുണ്ട് ഉരുട്ടി പുറത്തേക്ക് തള്ളലുണ്ട്. 'വാ' യിൽ ആകട്ടേ അകത്തേക്ക് വലിയലും. ഭാഷയിലെ അടിസ്ഥാനക്രിയാരൂപങ്ങളിലേക്കും ഇത് നീട്ടാം എന്നാണ് രാമചന്ദ്രന്റെ അഭിപ്രായം (2010:254). ഭാഷോത്പത്തിയിൽ കൈകൾക്കുള്ള പ്രാധാന്യവും രാമചന്ദ്രനെപോലുള്ള ന്യൂറോശാസ്ത്രജ്ഞർ വിശദമായി പഠിച്ചിട്ടുണ്ട്. രാമചന്ദ്രൻ ഉദാഹരിക്കുന്നത് 'go', 'come' എന്നീ പദങ്ങളാണെങ്കിലും മലയാളത്തിലും ഇതേ അർഥത്തിലുള്ള പദങ്ങളുടെ കാര്യം ഭിന്നമല്ലയെന്നതിനാലാണ് മലയാള ഉദാഹരണങ്ങൾ നൽകിയത്. ഇങ്ങനെ സംഭവിക്കുന്നത് ചിത്രത്തിൽ കാണിച്ചതുപോലുള്ള മസ്തിഷ്കതലങ്ങളുടെ പരസ്പര വിനിമയംകൊണ്ടാകുന്നു. നാമങ്ങളുടെ ഉത്ഭവം രാമചന്ദ്രൻ മുന്നോട്ടുവെയ്ക്കുന്ന ബുബ കികി ഇഫക്ട് എന്ന ആശയത്തിൽനിന്ന് വായിച്ചെടുക്കാം.

വടക്കൻപെറുവിലെ ഹ്വാബിഷ്യ എന്ന ഗോത്രത്തിന് അവരുടെ മുപ്പത് കാട്ടുപക്ഷികളെ കുറിക്കാൻ മുപ്പത് പദങ്ങളുണ്ട്. അതുപോലെ ആമസോൺ മീനുകളെ കുറിക്കാനും മുപ്പത് വ്യത്യസ്ത നാമങ്ങളുണ്ട്. ഈ അറുപതു നാമങ്ങൾ കൂട്ടിക്കലർത്തി കലുക്കിക്കുത്തി ഹ്വാബിഷ്യ ഗോത്രവർഗത്തിൽനിന്ന് തികച്ചും വ്യത്യസ്തമായ സാമൂഹിക-ഭാഷാ സാഹചര്യങ്ങൾ ഉള്ള ചൈനക്കാരായ കൃഷിക്കാർക്ക് കൊടുത്ത് മീൻപേരുകളും കിളിപ്പേരുകളും വേർതിരിക്കാൻ ആവശ്യപ്പെട്ടു. പെറുസംസ്കാരവും ഭാഷയുമായി യാതൊരു ബന്ധവുമില്ലാത്ത ചൈനാകർഷകർ ഇവ കൃത്യമായി വേർതിരിച്ചു കാണിച്ചു. ഇതു എങ്ങനെ സംഭവിച്ചു? ശബ്ദത്തെ ആകൃതിയുടെ അടിസ്ഥാനത്തിൽ വിവർത്തനംചെയ്യാനുള്ള മസ്തിഷ്കശേഷിയായ ബുബ- കികിയുടെ പ്രഭാവംമൂലമാണ് ഇത് സാധിച്ചതെന്നാണ് രാമചന്ദ്രന്റെ അഭിപ്രായം. ശബ്ദത്തിനും കാഴ്ചയ്ക്കും പരസ്പരപൂരകമായ മസ്തിഷ്ക രൂപരേഖകൾക്കിടയിലെ പൊരുത്തവുമുണ്ടാക്കുന്നതിലൂടെയാണിത് സാധ്യമാകുന്നത്. ശബ്ദവും പദവുംതമ്മിലുള്ള സാദൃശ്യം ഉണ്ടാകുന്നതും ഇതുമൂലമാണ്. ബ്രന്റ് ബേർലിൻ എന്ന നരവംശശാസ്ത്രജ്ഞൻ ചൂണ്ടിക്കാണിച്ച

ഇക്കാര്യം കാര്യമായി പഠിക്കേണ്ടതാണെന്ന് ന്യൂറോശാസ്ത്രജ്ഞർ കരുതുന്നു.

കണ്ണാടിനാഡിയുമായി ബന്ധപ്പെട്ട മൂന്ന് അടയാളപ്പെടുത്തലുകൾ പുരാതനമനുഷ്യരുടെ തലച്ചോറിൽ സംഭവിച്ചിട്ടുണ്ടാകും: 1. ദൃശ്യ- ശ്രാവ്യ മേപ്പിങ്ങ് (ബുബ കികി). 2. ബ്രൊക്കസ് മേഖലയിലെ ചലനവും ശബ്ദവും തമ്മിലുള്ള അടയാളപ്പെടുത്തൽ. 3.ആംഗ്യങ്ങളെ നിയന്ത്രിക്കുന്ന ബ്രൊക്കസ് മേഖലയും ചാലകമേഖലയും തമ്മിലുള്ള ബന്ധം. ഇവയായിരിക്കാം ഭാഷോത്പത്തിയുടെ കാരണം.

ഉപസംഹാരം

ഭാഷാശാസ്ത്രസമൂഹം ഏറെക്കുറെ ഉപേക്ഷിച്ച ഭാഷോത്പത്തിയെക്കുറിച്ചുള്ള അന്വേഷണം മിററർന്യൂറോണിന്റെ കണ്ടുപിടിത്തത്തോടെ വളരെ സജീവമാകുകയാണ്. പരിണാമപരമായ ചോദ്യങ്ങൾ നേരിട്ടുകൊണ്ടാണ് രാമചന്ദ്രൻ ഭാഷോത്പത്തി പരികല്പന അവതരിപ്പിക്കുന്നത്. ഭാഷാപരിണാമത്തിൽ അർഥത്തിനുള്ള പ്രാധാന്യംകൂടി അദ്ദേഹം പരിഗണിക്കുന്നുണ്ട്. ഭാഷോത്പത്തിയുമായി നിലവിലുള്ള പല സിദ്ധാന്തങ്ങളെയും വിലയിരുത്തിയതിനുശേഷമാണ് രാമചന്ദ്രൻ സ്വന്തം നിലപാട് വ്യക്തമാക്കുന്നത്. ദൈവമാണ് മസ്തിഷ്കത്തിൽ ഭാഷ നിക്ഷേപിച്ചതെന്ന വിശ്വാസം മുന്നോട്ടുവെച്ച പരിണാമസിദ്ധാന്തത്തിന്റെ വക്താവായ ചാൾസ് ഡാർവിന്റെ സമകാലികനായ ആൻഡ്രൂസ് വാലസിന്റെ അഭിപ്രായംമുതൽ ഇങ്ങോട്ടുള്ള പൂർവപഠനങ്ങൾ നിരൂപണം ചെയ്താണ് രാമചന്ദ്രൻ സ്വന്തം നിലപാട് വ്യക്തമാക്കുന്നത്. ഭാഷാർജ്ജനസിദ്ധി മസ്തിഷ്കസിദ്ധമാണെന്ന് വാദിക്കുന്ന നോം ചൊംസ്കിയുടെ അഭിപ്രായം പരിശോധിക്കുകയും ഭാഗികമായി അതിനെ തള്ളിക്കളയുന്നുമുണ്ട് അദ്ദേഹം. ദൈവത്തെക്കുറിച്ച് ചൊംസ്കി സംസാരിക്കുന്നില്ലെങ്കിലും ഫലത്തിൽ വാലസിന്റെ സിദ്ധാന്തവുമായാണ് ചൊംസ്കിയൻ പരികല്പനയ്ക്ക് ചേർച്ചയെന്നാണ് രാമചന്ദ്രന്റെ അഭിപ്രായം. ഭാഷ എന്നത് ആശയവിനിമയത്തിനുവേണ്ടിമാത്രം മസ്തിഷ്കതലങ്ങൾ പരിണമിച്ചതിന്റെ ഫലമായി ഉണ്ടായതല്ലെന്നും ചിന്തപോലൊരു പൊതുവ്യവസ്ഥയാണ് ഭാഷ എന്നും അവകാശപ്പെടുന്ന സ്റ്റീഫൻ ജെയ് ഗൂൾഡിന്റെ സിദ്ധാന്തത്തെയും രാമചന്ദ്രൻ നിരൂപണംചെയ്യുന്നു. കോട്ടുവാ, ചുമ എന്നിവ പോലുള്ള ജന്മചോദനകളാണ് ഭാഷയെന്ന അവകാശപ്പെടുന്ന സ്റ്റീവൻ പിങ്കറുടെ അഭിപ്രായത്തെയും രാമചന്ദ്രൻ പരിശോധിക്കുന്നുണ്ട്. ഭാഷാപരിണാമത്തേക്കാൾ ഭാഷാർജ്ജനശേഷിയുടെ പരിണാമത്തെയാണ് മസ്തിഷ്കഗവേഷണത്തിന്റെ അടിസ്ഥാനത്തിൽ വി. എസ്. രാമചന്ദ്രൻ പഠിക്കുന്നത്. അക്കാര്യം

അദ്ദേഹം ഊന്നിപ്പറയുന്നുമുണ്ട്. ആദിപദങ്ങളുടെ ആവിർഭാവത്തിന് നിദാനമായി ബൂബ-കികി സിദ്ധാന്തത്തെയും വസ്തുക്കളുടെ നാമകരണത്തിന് അടിസ്ഥാനമായി ആംഗ്ലർ ജൈറസ്സിന്റെ ധർമത്തെയും അദ്ദേഹം വിശദീകരിക്കുന്നു. ഒരു സവിശേഷ പ്രവൃത്തിക്കുള്ള സിദ്ധിതികച്ചും വ്യത്യസ്തമായ മറ്റൊരു പ്രവൃത്തിക്ക് പ്രയോജനപ്പെടുത്താനുള്ള മസ്തിഷ്കശേഷിയാണ് വാക്യഘടനയുടെ ആധാരമെന്നാണ് അദ്ദേഹം പറയുന്നത്. ആയുധോപയോഗത്തിന് പൂർവികരുടെ മസ്തിഷ്കത്തിലുണ്ടായിരുന്ന പ്രത്യേക സിദ്ധിയാണ് നിലവിലുള്ള ആയുധങ്ങളെ സംയോജിപ്പിച്ച് പുതിയ ആയുധങ്ങളുടെ കണ്ടുപിടിത്തത്തിന് മനുഷ്യരെ പ്രാപ്തരാക്കിയത്. ആയുധമുണ്ടാക്കുന്നതിനുള്ള വൈദഗ്ധ്യംപോലെയുള്ള നാഡീസംയോജനപരിണാമമാണ് വാക്യഘടനയുടെ ആധാരമെന്ന് അദ്ദേഹം പറയുന്നു. ചിന്തയും ഭാഷയും വ്യത്യസ്ത കാര്യങ്ങളാണെന്നും അദ്ദേഹത്തിന് അഭിപ്രായമുണ്ട്. ഇപ്രകാരം ഭാഷാർജ്ജനപരിണാമത്തെ മസ്തിഷ്കപരിണാമഗവേഷണത്തിൽ ഉറപ്പിച്ചുനിർത്തുകയാണ് രാമചന്ദ്രൻ. എങ്കിലും അർഥവിചാരത്തിനടിസ്ഥാനമായേക്കാവുന്ന നാഡീസംയോജനത്തെക്കുറിച്ച് കാര്യമായിട്ടൊന്നും പ്രതിപാദിക്കുന്നില്ല. ധൈഷണികശേഷിയായ ഭാഷയുടെ പരിണാമത്തെ വിശദീകരിക്കാനുതകുന്ന ചില സൂചനകൾ ധൈഷണികന്യൂറോശാസ്ത്രത്തിന്റെ അടിസ്ഥാനത്തിൽ നൽകുക മാത്രമാണ് താൻ ചെയ്യുന്നതെന്ന് അദ്ദേഹം വ്യക്തമാക്കുന്നുണ്ട്. മസ്തിഷ്കഗവേഷണത്തിൽ ഉണ്ടായേക്കാവുന്ന പുതുകണ്ടുപിടിത്തങ്ങൾ ഭാഷാപരിണാമവാദത്തിന് ഏറെ കൃത്യതയുള്ള തെളിവുകൾ നിരത്തിയേക്കാം. രാമചന്ദ്രൻ അതിനുള്ള പുതുവഴി വെട്ടിവൃത്തിയാക്കി വെച്ചിരിക്കുന്നു.

Select bibliography

Chomsky, N. 1965 . *Aspects of Theory of Syntax*. Cambridge: MIT Press.

Chomsky, N. 1959. *A Review of B.F. Skinner's Verbal Behaviour*. Cambridge: MIT Press.

Croft, William, & Cruse, David Alan. 2004. *Cognitive Linguistics.* Cambridge: Cambridge University Press.

Crystal, David.2003. *A Dictionary of Lingusitics and Phonetics*. UK: Blackwell Publishing.

Iacoboni Marco. 2009. Imitation, 'Empathy and Mirror Neurons', *The*

Annual Review of Psychology. (arjournals.annual review.org).

Langacker, Ronald. 1987. *Fundations of Cognitive Grammar*. Vol X Stanford: Stanford University Press.

Langacker, Ronald. 1999. *Grammar and Conceptalization*. Berlin: Mounton de Gruyter.

Ramachandran, V.S. 2010. *The Tell- Tale Brain.* New Delhi: Random House India.

Ramachandran, V.S. 2010. *Phantoms in the Brain.* New Delhi: Random House India.

Ramachandran, V. S. 2014. Mirror Neurons and Imitation Learning as the Driving Force Behind "the great leap forward" in human evolution (www.edge.orge/3rd_culture).

Skinner, B.F. 1957. *Verbal Behaviour.* NewYork: Appleton- Century-Crofts.

Trask, R.L. 1999. *Language and Linguistics* The Key Concepts. New York: Routledge.

Vittotira Gallese. 2010. 'The Mirror Neuron Mechanism and Literary Studies : An Interview with Vittoria Gallese California Italian Studies (http://escjolarship.org).

പ്രഭാകരവാരിയർ, കെ.എം. 2016. *പൂർവകേരളഭാഷ,* മദ്രാസ്: മദ്രാസ് യൂണി വേഴ്സിറ്റി.

2014 ജനവരി പത്തിന് മദ്രാസ് യൂണിവേഴ്സിറ്റി മലയാളവിഭാഗം സംഘടിപ്പിച്ച കെ.എം. പ്രഭാകരവാരിയർസ്മാരക ദേശീയ ഭാഷാശാസ്ത്രസെമിനാറിൽ പി. മാധവൻ ഇംഗ്ലീഷിൽ നടത്തിയ മുഖ്യപ്രഭാഷണത്തിൽ പറഞ്ഞ മിറർ ന്യൂറോണിനെക്കുറിച്ചുള്ള വിവരങ്ങളാണ് ഈ പ്രബന്ധത്തിന് പ്രചോദനമായത്.

●